TRANZLATY

La langue est pour tout le monde

Ngôn ngữ dành cho tất cả mọi người

Les Aventures d'Alice au Pays des Merveilles

Cuộc phiêu lưu của Alice ở xứ sở thần tiên

Lewis Carroll

Français / Tiếng Việt

Dans le Terrier du Lapin
Xuống hố thỏ

Alice commençait à être très fatiguée
Alice bắt đầu rất mệt mỏi
Elle était assise à côté de sa sœur sur le talus d'herbe
cô ấy đang ngồi cạnh em gái mình trên bãi cỏ
Mais elle n'avait rien à faire
nhưng cô không có gì để làm
Sa sœur lisait un livre
em gái cô ấy đang đọc một cuốn sách
une ou deux fois, Alice jeta un coup d'œil dans le livre
một hoặc hai lần Alice nhìn trộm vào cuốn sách
Mais le livre ne contenait ni images ni conversations
nhưng cuốn sách không có hình ảnh hay cuộc trò chuyện nào
trong đó
« À quoi sert un livre sans images ? » pensa Alice
"Một cuốn sách không có hình ảnh thì có ích gì?", Alice nghĩ

« Pourquoi un livre n'aurait-il pas de conversations ? »
"Tại sao một cuốn sách lại không có cuộc trò chuyện?"
Mais elle avait d'autres choses à considérer
nhưng cô ấy có những điều khác để xem xét
« Faire une chaîne de marguerites serait un plaisir »
"Làm một chuỗi hoa cúc sẽ là một niềm vui"
« Mais cela vaut-il la peine de se lever et de cueillir les
marguerites ?? »
"Nhưng có đáng để nỗ lực đứng dậy và hái hoa cúc không??"
Ce n'était pas si facile d'y penser
Điều này không dễ dàng để nghĩ về
parce que la journée la rendait somnolente et stupide
Bởi vì một ngày đang khiến cô cảm thấy buồn ngủ và ngu
ngốc
Mais soudain, ses pensées s'interrompirent
nhưng đột nhiên suy nghĩ của cô bị gián đoạn
un lapin blanc aux yeux roses courait près d'elle
một con Thỏ trắng với đôi mắt hồng chạy gần cô ấy

Il n'y avait rien de trop remarquable chez le lapin
Không có gì quá đáng chú ý về con thỏ
et Alice ne trouvait pas non plus le lapin remarquable
và Alice cũng không nghĩ con thỏ đáng chú ý
elle ne s'étonna pas non plus quand le Lapin parla
cũng không làm cô ngạc nhiên khi Thỏ nói
« Oh mon Dieu ! Je serai trop tard ! se dit-il
"Ôi trời ơi! Tôi sẽ quá muộn!" anh tự nhủ
mais alors le Lapin a fait quelque chose que les lapins n'ont pas fait
nhưng sau đó Thỏ đã làm điều mà thỏ không làm
le Lapin tira une montre de la poche de son gilet
Con Thỏ lấy một chiếc đồng hồ ra khỏi túi áo ghi lê
Il regarda l'heure puis se hâta
Anh ta nhìn vào thời gian và sau đó vội vã tiếp tục
Alice se leva, stupéfaite
Alice đứng dậy, kinh ngạc
Elle n'avait jamais vu un lapin avec un gilet auparavant !
Cô chưa bao giờ nhìn thấy một con thỏ mặc áo ghi lê trước đây!
elle n'avait jamais vu non plus de lapin avec une montre !
cô cũng chưa bao giờ nhìn thấy một con thỏ với một chiếc đồng hồ!
Alice brûlait d'une nouvelle curiosité
Alice đang bùng cháy với một sự tò mò mới
et elle courut à travers le champ après le Lapin
và cô ấy chạy qua cánh đồng theo con Thỏ
Elle était juste à temps pour voir le lapin disparaître
Cô ấy đã kịp nhìn thấy con thỏ biến mất
Le lapin sauta dans un grand terrier de lapin
Con thỏ nhảy xuống một cái hố thỏ lớn
Un instant plus tard, Alice s'est mise à courir après le lapin !
Trong một khoảnh khắc khác, Alice đi theo con thỏ!
Le terrier du lapin continuait tout droit comme un tunnel
Hang thỏ đi thẳng như một đường hầm
Et le tunnel a continué à avancer sur une certaine distance
và đường hầm tiếp tục đi được một khoảng cách

Et puis le chemin s'est soudainement incliné
và sau đó con đường đột nhiên chìm xuống
Alice n'eut pas un instant pour songer à s'arrêter
Alice không có một giây phút nào để nghĩ đến việc ngăn mình
lại
Elle s'est retrouvée à tomber et à tomber
cô thấy mình ngã xuống và ngã xuống
Il semblait qu'elle était tombée dans un puits très profond
Có vẻ như cô đã rơi xuống một cái giếng rất sâu
**Ou le puits était très profond, ou bien elle tombait très
lentement**
Hoặc là giếng rất sâu, hoặc cô ấy rơi rất chậm
parce qu'elle avait tout le temps de tomber
bởi vì cô ấy có nhiều thời gian để ngã
alors qu'elle tombait, elle pouvait regarder tout autour d'elle
khi cô ấy đang ngã, cô ấy có thể nhìn xung quanh mình
D'abord, elle a essayé de comprendre où elle allait
Đầu tiên, cô cố gắng tìm ra nơi mình sẽ đi
mais le puits était trop sombre pour voir quoi que ce soit
nhưng giếng quá tối để nhìn thấy bất cứ điều gì
Puis elle regarda les côtés du puits
Rồi cô nhìn vào hai bên giếng
Et elle remarqua qu'il y avait des placards tout autour d'elle
và cô ấy nhận thấy rằng có những chiếc tủ xung quanh cô ấy
et tout autour du puits il y avait des étagères de livres
và xung quanh giếng là những kệ sách
**Çà et là, elle voyait des cartes et des tableaux accrochés à des
piquets**
Ở đây và ở đó cô thấy bản đồ và hình ảnh treo trên các chốt
En passant, elle prit un bocal sur l'une des étagères
Cô lấy một cái lọ xuống từ một trong những kệ khi đi ngang
qua
Le pot a été étiqueté pour son contenu
lọ được dán nhãn vì nội dung của nó
« MARMELADE D'ORANGES »
"MỨT CAM LÀM TỪ CAM"
Mais, à sa grande déception, le pot de marmelade était vide

nhưng, trước sự thất vọng lớn của cô, lọ mứt cam đã trống
rỗng

Elle ne voulait pas laisser tomber le pot de marmelade vide
Cô ấy không muốn làm rơi cái lọ mứt cam rỗng
et sa chute fut très lente
và sự ngã của cô ấy rất chậm
**Elle a donc réussi à mettre le pot de marmelade dans l'un des
placards**
Vì vậy, cô ấy đã cố gắng đặt lọ mứt cam vào một trong những
chiếc tủ
Tombée, descendue, tombée !
Xuống, xuống, xuống, cô ấy ngã!
La chute prendrait-elle fin ?
Liệu sự sụp đổ có bao giờ kết thúc?
Il n'y avait rien d'autre à faire
Không có gì khác để làm
alors Alice commença bientôt à se parler à elle-même
vì vậy Alice nhanh chóng bắt đầu nói chuyện với chính mình
« Je vais beaucoup manquer à Dinah ce soir, je pense ! »
"Dinah sẽ nhớ tôi rất tối nay, tôi nên nghĩ!"
Dinah était le chat d'Alice
Dinah là con mèo của Alice
**« J'espère qu'ils se souviendront de sa soucoupe de lait à
l'heure du thé »**
"Tôi hy vọng họ sẽ nhớ đĩa sữa của cô ấy vào giờ trà"
« Dinah, ma chère, je voudrais que tu sois ici avec moi ! »
"Dinah, em yêu, em ước em ở dưới đây với em!"
Alice sentit qu'elle s'assoupissait
Alice cảm thấy mình đang ngủ gật
Et puis soudain, bruit sourd ! bourrade!
và rồi đột nhiên, đập mạnh! Thump!
Elle tomba sur un tas de bâtons
cô ngã xuống một đống gậy
et elle atterrit sur un tas de feuilles sèches
và cô ấy đáp xuống một đống lá khô
et enfin la longue chute dans le trou était terminée
và cuối cùng cú ngã dài xuống hố đã kết thúc

Alice n'était pas du tout blessée
Alice không bị thương chút nào
Et elle se leva d'un bond au bout d'un instant
và cô ấy nhảy lên trong giây lát
Elle leva les yeux, mais il faisait noir au-dessus de sa tête
Cô ngước lên, nhưng tất cả đều tối tăm trên đầu
Devant elle se trouvait un autre long couloir
Trước mặt cô là một hành lang dài khác
et le Lapin Blanc était toujours en vue
và Thỏ Trắng vẫn còn trong tầm mắt
Il se hâtait dans le couloir
anh ta đang vội vã đi xuống hành lang
Il n'y avait pas un instant à perdre
Không có một khoảnh khắc nào để mất
Alice s'enfuit comme le vent
Alice chạy như gió
Au coin de la rue, le lapin s'est retourné
Quanh góc đường quay con thỏ
Elle était juste à temps pour entendre le lapin
Cô ấy đã kịp nghe thấy tiếng thỏ
« "Oh, mes oreilles et mes moustaches »
""Ồ, tai và râu của tôi"
« Comme il est tard ! »
"Đến muộn quá!"
Elle était tout près derrière le lapin
Cô ấy ở sát phía sau con thỏ
Elle tourna au détour d'un autre coin
Cô ấy quay lại một góc khác
mais le Lapin n'était plus visible
nhưng Thỏ không còn được nhìn thấy nữa
Elle se retrouva dans une longue salle basse
Cô thấy mình đang ở trong một hành lang dài và thấp
La salle était éclairée par une rangée de plafonniers
Hội trường được thắp sáng bởi một dãy đèn trần
Il y avait des portes tout autour de la salle
Có những cánh cửa xung quanh hội trường
mais toutes les portes étaient fermées à clé

nhưng tất cả các cửa đều bị khóa
Elle marcha tout le long d'un côté de la salle
Cô đi xuống một bên của hành lang
et elle avait fait tout le chemin de l'autre côté de la salle
và cô đã đi hết phía bên kia của hành lang
Elle avait essayé toutes les portes
cô ấy đã thử mọi cánh cửa
et elle marchait tristement au milieu de la salle
và cô buồn bã bước xuống giữa hành lang
« Comment vais-je jamais en sortir ? »
"Làm sao tôi có thể thoát ra một lần nữa?"

Tout à coup, elle tomba sur une petite table
Đột nhiên cô bắt gặp một chiếc bàn nhỏ
La table était entièrement en verre massif
Bàn được làm hoàn toàn bằng kính đặc
Il n'y avait rien sur la table à part une petite clé dorée
Không có gì trên bàn ngoài một chiếc chìa khóa vàng nhỏ
La clé pourrait appartenir à l'une des portes !

chìa khóa có thể thuộc về một trong những cánh cửa!

Mais, hélas ! Certaines serrures étaient trop grandes pour les clés

nhưng, than ôi! một số ổ khóa quá lớn so với chìa khóa

et pour les autres serrures, la clé était trop petite

và đối với các ổ khóa khác, chìa khóa quá nhỏ

mais, en tout cas, la clef n'ouvrit aucune des portes

nhưng, dù sao đi nữa, chiếc chìa khóa không mở ra cánh cửa nào

Mais que devait-elle faire ?

nhưng cô ấy phải làm gì?

Elle traversa de nouveau le couloir

Cô đi qua hành lang một lần nữa

et cette fois, elle remarqua un rideau bas

và lần này cô nhận thấy một tấm rèm thấp

Derrière le rideau se trouvait une petite porte

Đằng sau bức màn là một cánh cửa nhỏ

La porte avait une quinzaine de pouces de haut

cánh cửa cao khoảng mười lăm inch

Elle essaya la petite clé dorée dans la serrure

Cô thử chiếc chìa khóa vàng nhỏ trong ổ khóa

Et à sa grande joie, la clé s'est glissée dans la serrure !

và trước sự vui mừng lớn của cô ấy, chiếc chìa khóa vừa vặn với ổ khóa!

Alice ouvrit la porte

Alice mở cửa

et elle trouva la porte qui donnait sur un petit couloir

và cô thấy cánh cửa dẫn vào một hành lang nhỏ

Le couloir n'était pas beaucoup plus grand qu'un trou à rats

Hành lang không lớn hơn một cái hố chuột

Elle s'agenouilla et regarda le long du couloir

Cô quỳ xuống và nhìn dọc theo hành lang

et elle a vu le plus beau jardin que vous ayez jamais vu

và cô ấy đã nhìn thấy khu vườn xinh đẹp nhất mà bạn từng thấy

comme elle avait envie de sortir de cette salle sombre

Cô khao khát được ra khỏi hội trường tối tăm đó như thế nào

comme elle voulait se promener parmi ces fleurs lumineuses
cô ấy muốn lang thang giữa những bông hoa rực rỡ đó như
thế nào
Comme ces fontaines avaient l'air cool et rafraîchissantes
Làm mới những đài phun nước đó trông mát mẻ như thế nào
Mais elle ne pouvait même pas passer la tête par la porte
nhưng cô thậm chí không thể đưa đầu mình qua ngưỡng cửa
— Oh ! dit Alice d'un ton lugubre
"Ồ," Alice nói, buồn bã
comme je voudrais pouvoir me plier comme un télescope !
"Tôi ước mình có thể gấp lại như một chiếc kính viễn vọng!"
« Je pense que je pourrais me plier comme un télescope »
"Tôi nghĩ tôi có thể gấp lại như một chiếc kính viễn vọng"
« Si seulement je savais par où commencer »
"giá như tôi chỉ biết cách bắt đầu"
Alice retourna à la table
Alice quay trở lại bàn
Il y avait la chance de trouver une autre clé
có cơ hội tìm thấy một chìa khóa khác
Ou il pourrait y avoir un livre de règles
Hoặc có thể có một cuốn sách quy tắc
Le livre pourrait lui apprendre à se plier comme un télescope
cuốn sách có thể cho cô biết cách gấp lại như kính viễn vọng
Cette fois, elle trouva une petite bouteille
Lần này cô tìm thấy một cái chai nhỏ
**« cette bouteille n'était certainement pas là auparavant, » dit
Alice**
"Chai này chắc chắn không có ở đây trước đây," Alice nói
**et autour du goulot de la bouteille était attachée une
étiquette en papier**
và buộc quanh cổ chai là một nhãn giấy
**L'étiquette était magnifiquement imprimée en grandes
lettres**
Nhãn được in đẹp bằng chữ lớn
« BOIS-MOI »
"UỐNG TÔI"
« Non, je vais regarder d'abord », a-t-elle dit

"Không, tôi sẽ xem trước," cô nói

« Je vais voir si la bouteille est marquée comme toxique ou non, »

"Tôi sẽ xem cái chai có bị đánh dấu là độc hay không,"

Parce qu'elle n'a jamais oublié la leçon sur le poison

Bởi vì cô ấy không bao giờ quên bài học về chất độc

« Si une bouteille est étiquetée comme toxique, elle est forcément en désaccord avec vous »

"Nếu một chai được dán nhãn độc, nó chắc chắn sẽ không đồng ý với bạn"

Cependant, cette bouteille n'a pas été marquée comme toxique

Tuy nhiên, chai này không được đánh dấu là độc

alors Alice se hasarda à goûter le contenu de la bouteille

vì vậy Alice mạo hiểm nếm thử nội dung của chai

Elle trouva le liquide tout à fait à son goût

cô thấy chất lỏng khá phù hợp với ý thích của mình

La boisson avait une sorte de saveur mélangée

thức uống có một loại hương vị hỗn hợp

tarte aux cerises, crème pâtissière et ananas

bánh tart anh đào, sữa trứng và dứa

Rôtir la dinde, le caramel et le pain grillé au beurre chaud

gà tây nướng, kẹo bơ cứng và bánh mì nướng với bơ nóng

et elle finit bientôt la bouteille

và cô ấy nhanh chóng uống hết chai

« Quelle curieuse sensation ! » dit Alice

"Thật là một cảm giác kỳ lạ!" Alice nói

« Je me plie comme un télescope ! »

"Tôi đang gấp lại như một chiếc kính viễn vọng!"

Et elle se repliait comme un télescope !

Và cô ấy đang gấp lại như một chiếc kính viễn vọng!

Elle n'avait plus que dix pouces de haut

Bây giờ cô chỉ cao mười inch

et son visage s'éclaira à ses pensées

và khuôn mặt cô ấy sáng lên vì những suy nghĩ của cô ấy

Maintenant, elle était de la bonne taille pour la petite porte

bây giờ cô ấy đã có kích thước phù hợp với cánh cửa nhỏ

Maintenant, elle pouvait aller dans ce joli jardin
bây giờ cô có thể đi vào khu vườn xinh xắn đó
Bientôt, elle a cessé de devenir plus petite
chẳng mấy chốc, cô ấy ngừng nhỏ hơn
Elle décida d'aller tout de suite dans le jardin
Cô quyết định đi vào vườn ngay lập tức
mais, hélas pour la pauvre Alice !
nhưng, than ôi cho Alice tội nghiệp!
Elle arriva à la porte
Cô ấy đến cửa
Mais elle avait oublié la petite clé d'or
nhưng cô đã quên chiếc chìa khóa vàng nhỏ
Elle retourna à la table pour prendre la clé
Cô quay trở lại bàn lấy chìa khóa
**Mais elle s'aperçut qu'elle ne pouvait pas atteindre assez
haut**
nhưng cô thấy mình không thể vươn tới đủ cao
Elle pouvait voir la clé très distinctement à travers la vitre
cô có thể nhìn thấy chìa khóa khá rõ ràng qua kính
Elle essaya de grimper sur les pieds de la table
Cô cố gắng trèo lên chân bàn
Mais le verre était beaucoup trop glissant
nhưng chiếc kính quá trơn
Finalement, elle s'est fatiguée à essayer
cuối cùng cô ấy đã mệt mỏi với việc cố gắng
et la pauvre petite fille s'assit et pleura
và cô bé tội nghiệp ngồi xuống và khóc
Alice se parlait à elle-même assez vivement
Alice tự nhủ khá sắc bén
« Allons, ça ne sert à rien de pleurer comme ça ! »
"Nào, khóc như vậy cũng chẳng ích gì!"
« Je vous conseille d'arrêter tout de suite ! »
"Tôi khuyên bạn nên dừng lại ngay phút này!"
Elle se donnait généralement de très bons conseils
Cô ấy thường cho mình lời khuyên rất tốt
bien qu'elle suivît très rarement ses propres conseils
mặc dù cô ấy rất hiếm khi làm theo lời khuyên của riêng mình

Et elle était parfois trop dure envers elle-même
và đôi khi cô ấy quá khắc nghiệt với bản thân
et ses paroles lui firent monter les larmes aux yeux
và lời nói của cô ấy khiến cô ấy rơi nước mắt
Bientôt, son regard tomba sur une petite boîte en verre
Chẳng mấy chốc, mắt cô rơi vào một chiếc hộp thủy tinh nhỏ
La petite boîte de verre était posée sous la table
chiếc hộp thủy tinh nhỏ nằm dưới gầm bàn
Dans la boîte en verre se trouvait un tout petit gâteau
Trong hộp thủy tinh là một chiếc bánh rất nhỏ
Sur le gâteau, quelques mots étaient magnifiquement écrits
Trên chiếc bánh, một số từ được viết đẹp
les mots avaient été marqués dans des groseilles
Những từ đã được đánh dấu bằng nho
« MANGE-MOI »
"ĂN TÔI"
« Eh bien, je vais manger le gâteau », dit Alice
"Ừm, tôi sẽ ăn bánh," Alice nói
« et si le gâteau me fait grossir, je peux atteindre la clé »
"Và nếu chiếc bánh làm cho tôi lớn hơn, tôi có thể chạm đến
chìa khóa"
**« et si le gâteau me fait rapetisser, je peux me glisser sous la
porte »**
"Và nếu chiếc bánh làm tôi nhỏ hơn, tôi có thể len lỏi dưới
cánh cửa"
« Donc, de toute façon, j'irai dans le jardin »
"Vậy dù thế nào đi nữa tôi cũng sẽ vào vườn"
« Et peu m'importe lequel des deux arrive ! »
"Và tôi không quan tâm cái nào trong hai điều này xảy ra!"
Elle a mangé un peu du gâteau
Cô ấy ăn một chút bánh
et elle se parla anxieusement à elle-même :
và cô lo lắng tự nhủ:
« Dans quel sens ? Dans quel sens ?
"Đường nào? Đi theo hướng nào?"
et elle posa la main sur sa tête
và cô ấy đưa tay lên đầu

Elle voulait sentir de quelle façon elle grandissait
cô ấy muốn cảm nhận mình đang phát triển theo hướng nào
Elle fut très surprise de découvrir ce qui s'était passé
Cô khá ngạc nhiên khi phát hiện ra những gì đã xảy ra
Elle était restée de la même taille !
cô ấy vẫn giữ nguyên kích thước!
Cette fois, elle redoubla donc d'efforts
Vì vậy, lần này cô ấy đã nỗ lực gấp đôi
Et bientôt, elle termina tout le gâteau
và chẳng mấy chốc, cô ấy đã hoàn thành toàn bộ chiếc bánh

La mare de larmes
Vũng nước mắt

« Cela devient de plus en plus intéressant ! » s'écria Alice
"Điều này ngày càng thú vị hơn!" Alice kêu lên
Vous pouvez voir qu'elle était très surprise
Bạn có thể thấy cô ấy rất ngạc nhiên
« Je m'ouvre comme le plus grand télescope qui ait jamais existé ! »
"Tôi đang mở ra như kính viễn vọng lớn nhất từng có!"
« Au revoir, les pieds ! Oh, mes pauvres petits pieds"
"Tạm biệt, chân! Ôi, đôi chân nhỏ bé tội nghiệp của tôi"
« Je me demande qui va vous mettre vos chaussures maintenant, mes chères ? »
"Tôi tự hỏi ai sẽ đi giày cho bạn bây giờ, các bạn thân mến?"
et je me demande qui mettra vos bas ?
"và tôi tự hỏi ai sẽ mặc tất cho anh?"
« Je serai beaucoup trop loin »
"Tôi sẽ ở quá xa"
« Je ne pourrai plus me soucier de toi »
"Tôi sẽ không thể tự làm phiền mình về bạn nữa"
Juste à ce moment, sa tête heurta quelque chose
Ngay lúc này, đầu cô đập vào thứ gì đó
Elle avait atteint le toit de la salle
Cô đã lên đến nóc hội trường
En fait, elle mesurait maintenant plus de deux mètres
Trên thực tế, bây giờ cô ấy đã cao hơn hai mét
et elle prit aussitôt la petite clef d'or
và cô ấy ngay lập tức cầm chiếc chìa khóa vàng nhỏ
et elle se précipita vers la porte du jardin
và cô vội vã đi đến cửa vườn
Pauvre Alice ! Il n'y avait pas grand-chose qu'elle pouvait faire
Alice tội nghiệp! Cô không thể làm gì nhiều
Elle s'allongea sur le côté
cô nằm ngửa một bên
et elle regarda d'un œil dans le jardin
và cô nhìn qua khu vườn bằng một mắt

Mais s'en sortir était plus désespéré que jamais
nhưng để vượt qua là vô vọng hơn bao giờ hết
Elle s'est assise et a recommencé à pleurer
Cô ngồi xuống và bắt đầu khóc trở lại
Elle a continué à verser des litres de larmes
Cô ấy tiếp tục rơi hàng lít nước mắt
Bientôt, il y eut une grande flaque tout autour d'elle
chẳng mấy chốc có một hồ nước lớn xung quanh cô
et l'eau atteignait la moitié du couloir
và nước đến nửa chừng hành lang
Au bout d'un moment, elle entendit un petit claquement de pieds
Sau một lúc, cô nghe thấy tiếng vỗ chân nhỏ
Elle entendit les pas venir de loin
cô nghe thấy tiếng chân phát ra từ xa
et elle s'essuya vivement les yeux pour voir ce qui allait arriver
và cô vội vàng lau khô mắt để xem điều gì sắp xảy ra
C'était le retour du Lapin Blanc
Đó là Thỏ Trắng trở lại
Il était magnifiquement vêtu
anh ấy ăn mặc lộng lẫy
Il avait une paire de gants blancs dans une main
Anh ấy có một đôi găng tay trắng trong một tay
et il avait un grand éventail de plumes dans l'autre main
và tay kia anh ta có một chiếc quạt lông vũ lớn
Il arriva en trottinant en toute hâte
Anh ta chạy vội vã
et il murmura en lui-même : « Oh ! la duchesse, la duchesse !
và anh lẩm bẩm với chính mình, "Ồ! Nữ công tước, Nữ công tước!"
« Ah ! ne serait-elle pas sauvage si je l'ai fait attendre !
"Ồ! cô ấy sẽ không man rợ nếu tôi để cô ấy chờ đợi!"

Quand le Lapin s'approcha d'elle, Alice prit la parole
Khi Thỏ đến gần cô, Alice nói
Mais elle parlait d'une voix basse et timide
nhưng cô ấy nói bằng một giọng trầm, rụt rè
« Monsieur, s'il vous plaît, arrêtez ce que vous faites un instant »
"Thưa ngài, xin hãy dừng những gì ngài đang làm một chút"
Le Lapin sursauta violemment
Con Thỏ giật mình dữ dội
Il laissa tomber les gants blancs et l'éventail de plumes
Anh ấy làm rơi găng tay trắng và quạt lông vũ
et il s'enfuit dans les ténèbres aussi vite qu'il le put
và anh ta vội vã đi vào bóng tối nhanh nhất có thể
Alice ramassa l'éventail en plumes et les gants
Alice nhặt chiếc quạt lông vũ và găng tay
Et elle n'arrêtait pas de s'éventer tout en parlant
và cô ấy tiếp tục quạt mình trong khi cô ấy tiếp tục nói
« Cher, cher ! Comme tout est étrange aujourd'hui !
"Thân mến, thân yêu! Mọi thứ hôm nay thật kỳ lạ!"

« Hier, les choses se sont passées comme d'habitude »
"Hôm qua mọi thứ diễn ra như bình thường"
« Étais-je le même quand je me suis levé ce matin ? »
"Tôi có phải là như vậy khi tôi thức dậy sáng nay không?"
« Mais si je ne suis pas le même, il y a une autre question »
"Nhưng nếu tôi không giống nhau, có một câu hỏi khác"
« Qui suis-je ? »
"Tôi là ai trên thế giới này?"
« Ah, c'est le grand casse-tête ! »
"Ah, đó là câu đố tuyệt vời!"
En disant cela, elle baissa les yeux sur ses mains
Khi cô ấy nói điều này, cô ấy nhìn xuống bàn tay của mình
Elle portait l'un des petits gants blancs du lapin
Cô ấy đang đeo một trong những chiếc thỏ găng tay trắng nhỏ
Elle n'avait pas remarqué qu'elle avait mis le gant en parlant
Cô ấy đã không nhận ra rằng cô ấy đeo găng tay trong khi nói
chuyện
« Comment ai-je pu faire cela ? » a-t-elle pensé
"Làm sao tôi có thể làm điều đó?" cô nghĩ
« Je dois redevenir petit »
"Tôi phải trở nên nhỏ bé trở lại"
Elle se leva et s'approcha de la table pour mesurer sa taille
Cô đứng dậy và đi đến bàn để đo chiều cao của mình
Elle a découvert qu'elle mesurait maintenant environ un
demi-mètre
Cô ấy phát hiện ra rằng bây giờ cô ấy cao khoảng nửa mét
et elle rétrécissait encore rapidement
và cô ấy vẫn đang co lại nhanh chóng
Elle découvrit rapidement quelle était la cause de ce
rétrécissement
Cô sớm phát hiện ra nguyên nhân của sự co lại là gì
L'éventail de plumes la rendait encore plus petite !
chiếc quạt lông vũ đã làm cho cô ấy nhỏ hơn trở lại!
et elle laissa tomber l'éventail de plumes à la hâte
và cô ấy vội vã làm rơi chiếc quạt lông vũ
Elle laissa tomber l'éventail de plumes juste à temps pour se
sauver

Cô ấy làm rơi chiếc quạt lông vũ đúng lúc để tự cứu mình

Si elle s'était éventée plus longtemps, elle se serait complètement retirée

nếu cô ấy quạt mình lâu hơn nữa, cô ấy sẽ hoàn toàn co rúm lại

« C'était une échappatoire de justesse ! » dit Alice

"Đó là một lối thoát trong gang tấc!" Alice nói

et elle fut bien effrayée de ce changement soudain

và cô rất sợ hãi trước sự thay đổi đột ngột

mais elle était très heureuse de se trouver encore en existence

nhưng cô rất vui khi thấy mình vẫn còn tồn tại

« Et maintenant, en route pour le jardin ! »

"Và bây giờ, đi đến vườn!"

Et elle courut à toute vitesse vers la petite porte

Và cô chạy với tất cả tốc độ trở lại cánh cửa nhỏ

Mais, hélas ! La petite porte fut refermée

nhưng, than ôi! cánh cửa nhỏ lại đóng lại

et la petite clé d'or était de nouveau posée sur la table de verre

và chiếc chìa khóa vàng nhỏ lại nằm trên bàn kính

« Les choses sont pires que jamais », pensa le pauvre enfant

"Mọi thứ tồi tệ hơn bao giờ hết," đứa trẻ tội nghiệp nghĩ

« Je n'ai jamais été aussi petit que ça auparavant, jamais ! »

"Tôi chưa bao giờ nhỏ bé như thế này trước đây, không bao giờ!"

En prononçant ces mots, son pied glissa

Khi cô ấy nói những lời này, chân cô ấy trượt chân

et un instant plus tard, il y eut une grande éclaboussure !

và trong một khoảnh khắc khác, có một tia nước lớn!

Elle était dans l'eau salée jusqu'au menton

cô ấy đã ngập cằm trong nước mặn

Sa première idée fut qu'elle était tombée d'une manière ou d'une autre dans la mer

Ý tưởng đầu tiên của cô là bằng cách nào đó cô đã rơi xuống biển

Cependant, elle s'est vite rendu compte dans quoi elle se

trouvait

Tuy nhiên, cô ấy sớm nhận ra mình đang ở trong những gì

Elle était dans une mare de larmes

cô ấy đang ở trong vũng nước mắt

**les larmes qu'elle avait versées quand elle avait deux mètres
de haut**

những giọt nước mắt cô đã khóc khi cô cao hai mét

Juste à ce moment-là, elle entendit quelque chose

Ngay sau đó cô nghe thấy điều gì đó

Quelque chose barbotait dans la mare

Có thứ gì đó đang bắn tung tóe trong hồ bơi

Les éclaboussures venaient d'un peu de loin

tiếng bắn tung tóe đến từ một khoảng cách nhỏ

**et elle nagea plus près pour voir ce que c'était que les
éclaboussures**

và cô bơi gần hơn để xem nước bắn tung tóe là gì

Elle vit bientôt que ce n'était qu'une petite souris

cô nhanh chóng nhận ra rằng đó chỉ là một con chuột nhỏ

La petite souris s'était également glissée dans l'eau

Con chuột nhỏ cũng đã trượt xuống nước

Alice réfléchit à la situation

Alice tự nghĩ về tình huống

« Serait-il utile de parler à cette souris ? »

"Nói chuyện với con chuột này có ích gì không?"

« Tout est tellement à l'envers ici »

"Mọi thứ ở đây đều lộn ngược"

« Je pense que c'est très probable que cette souris peut parler »

"Tôi nên nghĩ rất có thể con chuột này có thể nói chuyện"

« En tout cas, il n'y a pas de mal à essayer »

"Dù sao đi nữa, không có hại gì khi cố gắng"

Alors elle a commencé à essayer de parler à la souris

Vì vậy, cô bắt đầu cố gắng nói chuyện với con chuột

« Oh Souris, sais-tu comment sortir de cette mare ? »

"Ôi chuột, cậu có biết cách thoát khỏi hồ bơi này không?"

« Je suis bien fatigué de nager ici, ô souris ! »

"Tôi rất mệt mỏi khi bơi ở đây, Oh Mouse!"

La souris la regarda d'un air assez inquisiteur

Con chuột nhìn cô khá tò mò

La souris semblait cligner de l'œil avec l'un de ses petits yeux

Con chuột dường như nháy mắt với một trong những đôi mắt nhỏ của nó

Mais la petite souris ne dit rien

Nhưng con chuột nhỏ không nói gì

« Peut-être la souris ne comprend-elle pas l'anglais », pensa Alice

"Có lẽ con chuột không hiểu tiếng Anh," Alice nghĩ

« J'ose dis-le que c'est une souris française »

"Tôi dám nói đó là một con chuột Pháp"

« peut-être que cette souris est venue avec Guillaume le Conquérant »

"có lẽ con chuột này đã đến với William the Conqueror"

Alors elle a recommencé, en français

Vì vậy, cô ấy bắt đầu lại, bằng tiếng Pháp

« Où est mon chat ? » a-t-elle demandé en français

"Con mèo của tôi đâu?" cô hỏi bằng tiếng Pháp

c'était la première phrase de son livre de leçons de français

đó là câu đầu tiên trong sách bài học tiếng Pháp của cô ấy

La souris fit un saut soudain hors de l'eau

Chuột đột ngột nhảy lên khỏi mặt nước

et la souris semblait frémir de frayeur

và con chuột dường như run rẩy vì sợ hãi

— Oh ! je vous demande pardon ! s'écria vivement Alice

"Ồ, tôi xin lỗi anh!" Alice vội vàng kêu lên

Elle craignait d'avoir blessé les sentiments du pauvre animal

cô sợ rằng mình đã làm tổn thương cảm xúc của con vật tội nghiệp

« J'oubliais que tu n'aimais pas les chats »

"Tôi hoàn toàn quên rằng bạn không thích mèo"

« Je n'aime pas les chats ! » cria la Souris d'une voix aiguë et passionnée

"Tôi không thích mèo!" Chuột kêu lên bằng giọng chói tai, nồng nàn

« Voudrais-tu des chats, si tu étais moi ? »

"Anh có muốn mèo không, nếu anh là tôi?"

Alice réconforta la souris d'un ton apaisant

Alice an ủi con chuột bằng giọng nhẹ nhàng

« Eh bien, peut-être que je n'aimerais pas non plus les chats si j'étais vous »

"Chà, có lẽ tôi sẽ không thích mèo nếu tôi cũng là bạn"

« S'il vous plaît, ne soyez pas en colère à propos de la mention des chats »

"Xin đừng tức giận vì nhắc đến mèo"

« Et pourtant, j'aimerais pouvoir te montrer notre chat Dinah »

"Vậy mà tôi ước gì tôi có thể cho cô thấy con mèo Dinah của chúng tôi"

« Si vous la rencontriez, je pense que vous prendriez goût aux chats »

"Nếu bạn gặp cô ấy, tôi nghĩ bạn sẽ thích mèo"

« Si seulement vous pouviez la voir »
"Giá như bạn có thể nhìn thấy cô ấy"
« Elle est une chose si chère et si calme »
"Cô ấy là một thứ đáng yêu, trầm lặng"
La souris tremblait de partout
Con chuột run rẩy khắp người
Alice était certaine que la souris devait être vraiment offensée
Alice cảm thấy chắc chắn rằng con chuột phải thực sự bị xúc phạm
« On ne parlera plus d'elle, si tu préfères ne pas le faire »
"Chúng ta sẽ không nói về cô ấy nữa, nếu anh không muốn"
« Nous, en effet ! » s'écria la Souris
"Chúng tôi, thực sự!" Chuột kêu lên
La souris tremblait jusqu'au bout de sa queue
Con chuột đang run rẩy đến cuối đuôi của nó
« Comme si je voulais parler d'un tel sujet ! »
"Như thể tôi sẽ nói về một chủ đề như vậy!"
« Notre famille a toujours détesté les chats »
"Gia đình chúng tôi luôn ghét mèo"
"Les chats ; des choses méchantes, basses, vulgaires !
"Mèo; những thứ khó chịu, thấp hèn, thô tục!"
« Ne me laissez plus entendre le nom ! »
"Đừng để tôi nghe tên nữa!"
— Je ne parlerai plus des chats, en effet, dit Alice
"Tôi sẽ không nhắc đến mèo nữa!" Alice nói
Elle était très pressée de changer de sujet
cô ấy rất vội vàng thay đổi chủ đề
"Êtes-vous... Aimez-vous les chiens ?
"Bạn là... Anh có thích chó không?"
« Il y a un petit chien si gentil près de notre maison, »
"Có một nhỏ xinh xắn gần nhà chúng tôi,"
« Je voudrais te montrer le petit chien ! »
"Tôi muốn cho bạn xem nhỏ!"
"Ce petit chien tue tous les rats et...
"nhỏ này giết tất cả những con chuột và...
« Oh ! mon Dieu ! » s'écria Alice d'un ton triste

"Ôi, em yêu!" Alice kêu lên với giọng buồn bã
« J'ai peur de t'avoir encore offensé ! »
"Tôi e rằng tôi đã xúc phạm bạn một lần nữa!"
La souris nageait loin d'elle aussi vite qu'elle le pouvait
Con chuột đang bơi ra khỏi cô ấy nhanh nhất có thể
et la souris fit tout un vacarme dans la mare
và con chuột đã gây ra một tiếng ồn ào trong hồ bơi
Alors elle appela doucement la souris
Vì vậy, cô ấy nhẹ nhàng gọi theo con chuột
« Ma chère souris, s'il vous plaît, revenez ! »
"Con chuột thân yêu của tôi, xin hãy quay lại!"
« Et nous ne parlerons pas des chats »
"Và chúng ta sẽ không nói về mèo"
« Et nous n'avons pas non plus besoin de parler des chiens »
"Và chúng ta cũng không cần phải nói về chó"
Quand la souris entendit cela, elle se retourna
Khi chuột nghe thấy điều này, nó quay lại
et la petite souris nagea lentement vers elle
và con chuột nhỏ chậm rãi bơi trở lại chỗ cô
Le visage de la souris était assez pâle
Khuôn mặt của con chuột khá nhợt nhạt
et la souris parla d'une voix basse et tremblante
và con chuột nói, bằng một giọng trầm, run rẩy
« Allons à la rive »
"Chúng ta hãy lên bờ"
« et ensuite je vous raconterai mon histoire »
"và sau đó tôi sẽ kể cho bạn biết lịch sử của tôi"
« et vous comprendrez pourquoi c'est moi qui déteste les chats et les chiens »
"và bạn sẽ hiểu tại sao tôi ghét chó mèo"
Il était grand temps de partir
Đã đến lúc phải đi
parce que la piscine devenait assez bondée
Bởi vì hồ bơi đang trở nên khá đông đúc
D'autres oiseaux et animaux étaient tombés dans la mare
những con chim và động vật khác đã rơi xuống hồ bơi
il y avait un Canard et un Dodo

có một con vịt và một con Dodo
et il y avait un oiseau Lory et un aiglon
và có một con chim Lory và một con Eaglet
et il y avait plusieurs autres créatures intéressantes
và có một số sinh vật trông thú vị khác
Alice a ouvert la voie à la sortie de la piscine
Alice dẫn đường ra khỏi hồ bơi
et toute la troupe des animaux nagea jusqu'au rivage
và cả nhóm động vật bơi vào bờ

<h3 style="text-align:center">Une course de caucus et une longue traîne</h3>

Một cuộc đua kín và một cái đuôi dài

C'était en effet une bande d'animaux à l'allure amusante

Chúng thực sự là một nhóm động vật trông ngộ nghĩnh

et ils se rassemblèrent tous sur le bord de l'eau

và tất cả họ tập trung trên bờ nước

Les oiseaux avaient tous des plumes débraillées

tất cả những con chim đều có lông xù

et les animaux à fourrure étaient trempés

và những con vật lông lá đã bị ướt sũng

et tous étaient trempés, agacés et mal à l'aise

và tất cả đều ướt sũng, khó chịu và khó chịu

Il y avait une question à laquelle il fallait répondre en premier

Có một câu hỏi phải được trả lời trước

Quelle est la meilleure façon pour tout le monde de se sécher ?

Cách tốt nhất để mọi người bị khô là gì?

Ils ont tenu une consultation à ce sujet

Họ đã có một cuộc tham vấn về vấn đề này

Bientôt, ils furent tous en bons termes

chẳng mấy chốc, tất cả họ đều có những điều kiện quen thuộc

C'était comme si elle les avait connus toute sa vie
như thế cô đã biết họ cả đời
La souris semblait être une personne d'une certaine autorité
Con chuột dường như là một người có thẩm quyền nào đó
« Asseyez-vous, vous tous, et écoutez-moi ! »
"Ngồi xuống, tất cả các bạn, và nghe tôi!
« Je vais bientôt vous faire sécher à nouveau ! »
"Tôi sẽ sớm làm cho tất cả các bạn khô ráo trở lại!"
Ils s'assirent tous en même temps, dans un grand cercle
Tất cả họ ngồi xuống cùng một lúc, trong một vòng tròn lớn
et la petite souris s'assit au milieu
và con chuột nhỏ ngồi ở giữa
« Hum ! » dit la souris d'un air important
"Ahem!" con chuột nói với một khí chất quan trọng
« Êtes-vous tous prêts ? »
"Tất cả các bạn đã sẵn sàng chưa?"
« C'est la chose la plus sèche que je connaisse »
"Đây là điều khô khan nhất mà tôi biết"
« Silence tout autour, s'il vous plaît ! »
"Im lặng xung quanh, nếu anh muốn!"
« Guillaume le Conquérant était favorisé par le pape »
"William the Conqueror được giáo hoàng ưu ái"
« mais il fut bientôt soumis par les Anglais »
"nhưng anh ta nhanh chóng bị người Anh khuất phục"
« Ils voulaient des leaders ces derniers temps »
"Họ muốn các nhà lãnh đạo gần đây"
« et ils avaient été habitués au pouvoir et à la conquête »
"và họ đã quen với quyền lực và chinh phục"
« Edwin et Morcar, les comtes de Mercie et de Northumbrie »
"Edwin và Morcar, Bá tước Mercia và Northumbria"
« Pouah ! » dit l'oiseau lori, avec un frisson
"Ugh!" con chim lori nói, với một sự rùng mình
« et même Stigand, l'archevêque patriote de Cantorbéry »
"và thậm chí cả Stigand, tổng giám mục yêu nước của Canterbury"
« Il l'a également trouvé opportun »

"Anh ấy cũng thấy điều đó được khuyến khích"

« Qu'a-t-il trouvé à propos ? » dit le canard

"Anh ta thấy nên làm gì?" con vịt nói

— Il l'a trouvé opportun, répondit la souris d'un ton un peu contrarié

"Anh ấy thấy điều đó được khuyến khích," con chuột trả lời khá ngang qua

Mais le canard n'était pas satisfait

Nhưng con vịt không hài lòng

« Bien sûr, vous savez ce que 'it' signifie »

"Tất nhiên, bạn biết 'nó' có nghĩa là gì"

« Je sais ce que c'est quand je trouve quelque chose », dit le canard

"Tôi biết 'nó' là gì khi tôi tìm thấy một thứ," con vịt nói

« C'est généralement une grenouille ou un ver »

"Nó thường là một con ếch hoặc một con sâu"

« La question est de savoir ce que l'archevêque a trouvé ?

"Câu hỏi đặt ra là, Đức Tổng Giám mục đã tìm thấy gì?"

La souris n'a pas remarqué cette question

Con chuột không nhận thấy câu hỏi này

Au lieu de cela, la souris continua précipitamment son discours

Thay vào đó, con chuột vội vã tiếp tục bài phát biểu

« il a jugé opportun d'aller avec Edgar Atheling »

"Anh ấy thấy nên đi với Edgar Atheling"

« pour rencontrer Guillaume et lui offrir la couronne »

"gặp William và trao vương miện cho anh ta"

la souris continua, se tournant vers Alice pendant qu'elle parlait

con chuột tiếp tục, quay sang Alice khi nó nói

« Comment allez-vous maintenant, ma chère ? »

"Bây giờ anh thế nào, em yêu?"

– Aussi mouillée que jamais, dit Alice d'un ton mélancolique

"Ướt át như mọi khi," Alice nói với giọng u sầu

« Cette histoire n'a pas l'air de me tarir du tout »

"Câu chuyện này dường như không làm tôi khô chút nào"

— **Dans ce cas, dit solennellement le dodo en se levant**
"Trong trường hợp đó," dodo trịnh trọng nói, đứng dậy
« Je vote pour l'ajournement de la séance »
"Tôi bỏ phiếu hoãn cuộc họp"
« et je propose l'adoption immédiate de remèdes plus énergiques »
"và tôi đề xuất áp dụng ngay lập tức các biện pháp khắc phục mạnh mẽ hơn"
« Dis des paroles vraies ! » dit l'aiglon
"Nói những lời thật!" con đại bàng nói
« Je ne connais pas le sens de la moitié de ces longs mots »
"Tôi không biết ý nghĩa của một nửa những từ dài đó"
et, qui plus est, je ne crois pas que vous le sachiez non plus !
"Và, hơn thế nữa, tôi cũng không tin anh biết!"
— **Ce que j'allais dire, dit le dodo d'un ton offensé**
"Tôi định nói gì," con dodo nói với giọng xúc phạm
« La meilleure chose à faire pour nous sécher serait une course au caucus »
"Điều tốt nhất để làm cho chúng tôi khô khan sẽ là một cuộc đua kín"
« Qu'est-ce qu'une course de caucus ? » demanda Alice
"Cuộc đua kín là gì?" Alice nói

« Eh bien, » dit le dodo, « la meilleure façon de l'expliquer,
c'est de le faire »
"Chà," dodo nói, "cách tốt nhất để giải thích nó là làm điều đó"
« D'abord, le dodo a tracé un parcours »
"Đầu tiên, con dodo đánh dấu một đường đua"
« La piste était dans une sorte de cercle »
"Đường đua nằm trong một loại vòng tròn"
« Et puis tout le groupe a été placé le long du parcours »
"Và sau đó tất cả các nhóm được đặt dọc theo đường đua"
Il n'y avait pas de « Un, deux, trois et c'est parti ! »
Không có "Một, hai, ba và đi!"
Mais ils ont commencé à courir quand ils voulaient
nhưng họ bắt đầu chạy khi họ thích
et ils finissaient aussi quand ils le voulaient
và họ cũng hoàn thành khi họ thích
Il n'était donc pas facile de savoir quand la course était
terminée
Vì vậy, không dễ dàng để biết khi nào cuộc đua kết thúc
Après environ une demi-heure de course, ils étaient tous
assez secs
Sau nửa giờ chạy hoặc lâu hơn, tất cả đều khá khô
le dodo s'écria soudain : « La course est finie ! »
con dodo đột nhiên gọi, "Cuộc đua đã kết thúc!"
Et ils se pressèrent tous autour du Dodo
và tất cả họ đều chen chúc xung quanh dodo
Tous les animaux haletaient et soufflaient
tất cả các con vật đều thở hổn hển và thở hổn hển
et tous voulaient savoir : « Mais qui a gagné ? »
và tất cả họ đều muốn biết, "Nhưng ai đã thắng?"
Le dodo ne pouvait pas répondre immédiatement à cette
question
Câu hỏi này dodo không thể trả lời ngay lập tức
D'abord, il a dû beaucoup réfléchir
Đầu tiên anh phải suy nghĩ rất nhiều
Après mûre réflexion, le dodo finit par parler
Sau khi suy nghĩ nhiều, con Dodo cuối cùng cũng lên tiếng
« Tout le monde a gagné, et tous doivent avoir des prix »

"Mọi người đều thắng, và tất cả đều phải có giải thưởng"
« Mais qui doit donner les prix ? » demanda un chœur de voix
"Nhưng ai sẽ trao giải thưởng?" một dàn hợp xướng giọng nói hỏi
— Eh bien, elle, bien sûr, dit le dodo
"Chà, cô ấy, tất nhiên," dodo nói
et le dodo pointa d'un doigt vers Alice
và con dodo chỉ bằng một ngón tay vào Alice
et toute la troupe des animaux se pressait autour d'elle
và cả nhóm động vật chen chúc xung quanh cô
ils ont crié, d'une manière confuse : « Des prix ! Des prix !
họ gọi, một cách bối rối, "Giải thưởng! Giải thưởng!"
Alice n'avait aucune idée de ce qu'elle devait faire
Alice không biết phải làm gì
Désespérée, elle mit la main dans sa poche
trong tuyệt vọng, cô đút tay vào túi
Et elle en sortit une boîte de bonbons
và cô ấy lấy ra một hộp kẹo
Heureusement, l'eau salée n'était pas entrée dans la boîte
may mắn thay, nước mặn đã không lọt vào hộp
et elle a distribué les bonbons comme prix
và cô ấy đưa kẹo xung quanh như một giải thưởng
Il y avait exactement une pièce pour tout le monde
Có chính xác một mảnh ghép cho tất cả mọi người
La prochaine chose qu'ils devaient faire était de manger les bonbons
Điều tiếp theo họ phải làm là ăn đồ ngọt
Cela a causé du bruit et de la confusion
Điều này gây ra một số tiếng ồn và nhầm lẫn
Les grands oiseaux se plaignaient de ne pas pouvoir goûter leurs bonbons
Những con chim lớn phàn nàn rằng chúng không thể nếm thử đồ ngọt của chúng
Les petits s'étouffaient et devaient être tapotés dans le dos
những con nhỏ bị nghẹt thở và phải vỗ vào lưng
Cependant, c'était enfin fini

Tuy nhiên, cuối cùng nó đã kết thúc

Et ils se rassirent en cercle

và họ lại ngồi xuống trong một vòng tròn

et ils supplièrent la souris de leur dire quelque chose de plus

và họ cầu xin con chuột nói thêm điều gì đó

— Vous m'avez promis de me raconter votre histoire, vous savez, dit Alice

"Anh đã hứa sẽ kể cho tôi nghe lịch sử của anh, anh biết đấy," Alice nói

et elle fit une autre petite remarque sur les chats à voix basse

và cô ấy thì thầm một nhận xét nhỏ về mèo

Elle ne voulait pas offenser à nouveau la souris

cô ấy không muốn xúc phạm con chuột một lần nữa

la petite souris se tourna vers Alice et soupira

con chuột nhỏ quay sang Alice và thở dài

« Ma conte est long et triste ! »

"Câu chuyện của tôi là một câu chuyện dài và buồn!"

— C'est une longue queue, certainement, dit Alice

"Chắc chắn là một cái đuôi dài," Alice nói

et elle baissa les yeux avec étonnement sur la queue de la souris

và cô ấy nhìn xuống với sự ngạc nhiên về phía đuôi chuột

« Mais pourquoi appelez-vous cela une queue triste ? »

"Nhưng tại sao anh lại gọi nó là một cái đuôi buồn?"

Et elle n'arrêtait pas de s'interroger à ce sujet pendant que la souris parlait

Và cô ấy tiếp tục bối rối về điều đó trong khi con chuột đang nói

de sorte que son idée de l'histoire était quelque chose comme ceci

vì vậy ý tưởng của cô ấy về câu chuyện là một cái gì đó như thế này

"Fury said to
a mouse, That
he met in the
house, 'Let
us both go
to law: *I*
will prosecute
you.—
Come, I'll
take no denial:
We must have
the trial;
For really
this morning
I've
nothing
to do.'
Said the
mouse to
the cur,
'Such a
trial, dear
sir, With
no jury
or judge,
would
be wasting
our
breath.'
'I'll be
judge,
I'll be
jury,'
said
cunning
old
Fury:
'I'll
try
the
whole
cause,
and
condemn
you to
death.'"

Fury dit à une souris : Qu'il s'est rencontré dans la maison.

Fury nói với một con chuột, Rằng nó đã gặp trong nhà"

Allons tous les deux en justice, je vous poursuivrai

Cả hai chúng ta hãy ra tùa: Tôi sẽ truy tố bạn

Allons, je n'accepterai aucun démenti : il faut que nous fassions l'épreuve

Nào, tôi sẽ không phủ nhận: Chúng ta phải có phiên tòa

Car vraiment ce matin je n'ai rien à faire

Vì thực sự sáng nay tôi không có gì để làm

Dit la souris au maudit ;

Con chuột nói với lời nguyền rủa;

Un tel procès, cher monsieur, sans jury ni juge, nous ferait
perdre notre souffle
Một phiên tòa như vậy, thưa ngài, nếu không có bồi thẩm
đoàn hay thẩm phán, sẽ lãng phí hơi thở của chúng tôi
« Je serai juge, je serai jury », dit le vieux rusé Fury
"Tôi sẽ là thẩm phán, tôi sẽ là bồi thẩm đoàn," Fury già xảo
quyệt nói
Je vais juger toute la cause, et je vous condamnerai à mort
Tôi sẽ xét xử toàn bộ chính nghĩa, và kết án tử hình các bạn
la souris parla sévèrement à Alice
con chuột nói chuyện nghiêm khắc với Alice
« Tu ne fais pas attention ! »
"Anh không chú ý!"
« À quoi pensez-vous ? »
"Anh đang nghĩ gì vậy?"
— Je vous demande pardon, dit Alice très humblement
"Tôi xin lỗi anh," Alice nói rất khiêm tốn
« Tu étais arrivé au cinquième virage, je crois ? »
"Anh đã đến khúc cua thứ năm, tôi nghĩ vậy?"
« Vous m'insultez en disant de telles bêtises ! »
"Anh xúc phạm tôi bằng cách nói những điều vô nghĩa như
vậy!"
Et la souris se leva et s'éloigna
và con chuột đứng dậy và bỏ đi
Alice appela la petite souris
Alice gọi theo con chuột nhỏ
« S'il vous plaît, revenez et terminez votre histoire ! »
"Xin hãy quay lại và kết thúc câu chuyện của bạn!"
Et les autres se joignirent tous en chœur
Và tất cả những người khác đều tham gia hợp xướng
« Oui, s'il vous plaît, terminez votre histoire ! »
"Vâng, xin hãy kết thúc câu chuyện của bạn!"
Mais la souris se contenta de secouer la tête avec impatience
Nhưng con chuột chỉ lắc đầu một cách thiếu kiên nhẫn
et la petite souris marchait un peu plus vite
và con chuột nhỏ đi nhanh hơn một chút
« Je voudrais bien avoir Dinah, notre chat, ici ! » dit Alice

"Tôi ước gì tôi có Dinah, con mèo của chúng tôi, ở đây!" Alice nói

Cela provoqua une sensation remarquable parmi le parti
Điều này đã gây ra một cảm giác đáng chú ý trong bữa tiệc
Quelques-uns des oiseaux se hâtèrent de s'éloigner
Một số con chim vội vã bỏ đi ngay lập tức
et un canari appela d'une voix tremblante ses enfants ;
và một con chim hoàng yến kêu với những đứa trẻ của nó bằng giọng run rẩy;
« Allez-vous-en, mes chères ! »
"Đi đi, các bạn thân mến!"
« Il est grand temps que vous soyez tous au lit ! »
"Đã đến lúc tất cả các bạn phải lên giường!"
Avec diverses excuses, ils sont tous partis
với nhiều lý do khác nhau, tất cả đều biến mất
et Alice se retrouva bientôt seule
và Alice nhanh chóng bị bỏ lại một mình
« J'aurais aimé ne pas avoir mentionné Dinah ! »
"Tôi ước gì tôi không nhắc đến Dinah!"
« Personne n'a l'air de l'aimer ici »
"Có vẻ như không ai thích cô ấy ở đây"
« Mais je suis sûr que c'est la meilleure chatte du monde ! »
"Nhưng tôi chắc chắn rằng cô ấy là con mèo tốt nhất trên thế giới!"
La pauvre Alice se remit à pleurer
Alice tội nghiệp lại bắt đầu khóc
parce qu'elle se sentait très seule et déprimée
Bởi vì cô ấy cảm thấy rất cô đơn và thấp thỏm
Au bout de peu de temps, cependant, elle entendit de nouveau quelque chose
Tuy nhiên, sau một lúc, cô lại nghe thấy điều gì đó
un petit bruit de pas au loin
một tiếng bước chân nhỏ ở phía xa
et elle leva les yeux avec impatience
và cô ấy háo hức nhìn lên

Le lapin envoie le petit M. Bill
Con thỏ gửi ông Bill bé nhỏ vào

C'était le lapin blanc, qui revenait lentement au trot
Đó là con thỏ trắng, chạy chậm rãi trở lại một lần nữa
Il regardait anxieusement autour de lui en chemin
anh ấy đang lo lắng nhìn xung quanh khi anh ấy đi
Il avait l'air d'avoir perdu quelque chose
anh ta trông như thể anh ta đã mất một cái gì đó
Alice l'entendit marmonner pour lui-même
Alice nghe thấy anh lẩm bẩm với chính mình
— La duchesse ! La Duchesse ! Oh, mes chères pattes !
"Nữ công tước! Nữ công tước! Ôi, bàn chân thân yêu của tôi!"
« Oh, ma fourrure et mes moustaches ! »
"Ôi, bộ lông và râu của tôi!"
« Elle va me faire exécuter, j'en suis sûr »
"Cô ấy sẽ xử tử tôi, tôi chắc chắn về điều đó"
« Aussi sûr que les furets sont des furets ! »
"Chắc chắn như chồn hương là chồn hương!"
« Où ai-je pu laisser tomber mes affaires, je me demande ? »
"Tôi có thể đánh rơi đồ đạc của mình ở đâu, tôi tự hỏi?"
Alice devina en un instant ce qu'il cherchait
Alice đoán được trong giây lát anh đang tìm kiếm gì
Il cherchait l'éventail de plumes

anh ấy đang tìm kiếm chiếc quạt lông vũ
et il cherchait la paire de gants blancs
và anh ta đang tìm kiếm đôi găng tay trắng
Elle se mit donc très gentiment à chercher les gants
Vì vậy, cô ấy rất tốt bụng bắt đầu tìm găng tay
Et elle chercha aussi l'éventail de plumes
và cô ấy cũng tìm kiếm chiếc quạt lông vũ
Mais les gants et l'éventail de plumes étaient introuvables
nhưng găng tay và quạt lông vũ không được nhìn thấy ở đâu
Tout semblait avoir changé depuis sa baignade dans la piscine
Mọi thứ dường như đã thay đổi kể từ khi cô bơi trong hồ bơi
Rien n'était pareil depuis qu'elle était dans la grande salle
Không có gì giống nhau kể từ khi cô ấy ở trong Đại sảnh
et la table de verre avait disparu
và chiếc bàn kính đã biến mất
Et la petite porte n'était pas là non plus
và cánh cửa nhỏ cũng không ở đó
Très vite, le lapin remarqua Alice
Rất nhanh thì, con thỏ nhận ra Alice
Il l'appela d'un ton furieux
anh gọi cô với giọng giận dữ
« Mary Ann, que fais-tu ici ? »
"Mary Ann, cô đang làm gì ở đây?"
« Rentre chez toi à l'instant même »
"Chạy về nhà ngay bây giờ"
« Et apporte-moi une paire de gants et un éventail de plumes ! »
"Và lấy cho tôi một đôi găng tay và một chiếc quạt lông vũ!"
« Et faites vite ! »
"Và nhanh chóng về nó!"
Alice se parlait à elle-même en s'enfuyant
Alice tự nhủ khi cô chạy đi
— Il a dû me prendre pour sa femme de chambre !
"Chắc hẳn hắn đã nhầm tôi với người giúp việc của hắn!"
« Comme il sera surpris quand il découvrira qui je suis ! »
"Anh ấy sẽ ngạc nhiên biết bao khi phát hiện ra tôi là ai!"

En disant cela, elle tomba sur une petite maison soignée

Khi cô ấy nói điều này, cô ấy bắt gặp một ngôi nhà nhỏ gọn gàng

Sur la porte de la maison se trouvait une plaque de laiton brillant

Trên cửa nhà là một tấm đồng sáng

« W. LAPIN »

"W. THỎ"

Elle entra sans frapper à la porte

Cô đi vào mà không gõ cửa

et elle se hâta de monter l'escalier

và cô vội vã đi thẳng lên lầu

elle craignait de rencontrer la vraie Mary Ann

cô ấy lo lắng rằng cô ấy có thể gặp Mary Ann thực sự

parce qu'alors elle serait chassée de la maison

bởi vì khi đó cô ấy sẽ bị đuổi ra khỏi nhà

et elle ne pourrait pas trouver l'éventail de plumes et les gants

và cô ấy sẽ không thể tìm thấy chiếc quạt lông vũ và găng tay

Alice s'était frayé un chemin dans une petite pièce bien rangée

Alice đã tìm đường vào một căn phòng nhỏ gọn gàng

Dans la pièce, il y avait une table près de la fenêtre

Trong phòng có một chiếc bàn cạnh cửa sổ

et sur la table, il y avait un éventail de plumes

và trên bàn là một chiếc quạt lông vũ

et il y avait deux ou trois paires de petits gants blancs

và có hai hoặc ba đôi găng tay trắng nhỏ

Elle ramassa l'éventail en plumes et une paire de gants

Cô nhặt chiếc quạt lông vũ và một đôi găng tay

et elle allait quitter la pièce

và cô ấy sắp rời khỏi phòng

mais alors ses yeux tombèrent sur une petite bouteille

nhưng rồi mắt cô rơi vào một cái chai nhỏ

Elle déboucha la bouteille et la porta à ses lèvres

Cô mở nút chai và đặt nó lên môi

« J'espère que cela me fera redevenir grand »

"Tôi hy vọng nó sẽ khiến tôi lớn lên một lần nữa"
« J'en ai marre d'être une toute petite chose ! »
"Tôi mệt mỏi vì trở thành một thứ nhỏ bé như vậy!"
Alice avait à peine bu la moitié de la bouteille
Alice hầu như không uống được một nửa chai
Sa tête était déjà appuyée contre le plafond
đầu cô ấy đã ấn vào trần nhà
et elle dut se baisser
và cô ấy phải cúi xuống
pour sauver son cou d'être brisé
để cứu cổ cô ấy khỏi bị gãy
Elle posa précipitamment la bouteille
Cô vội vã đặt chai xuống
« C'est bien assez »
"Vậy là khá đủ"
« J'espère que je ne grandirai plus »
"Tôi hy vọng tôi không lớn lên nữa"
Hélas! Il était trop tard pour souhaiter cela !
Than ôi! Đã quá muộn để ước điều đó!
Elle n'a cessé de grandir
Cô ấy tiếp tục phát triển và phát triển
et très vite elle dut s'agenouiller sur le sol
và rất nhanh chóng cô phải quỳ xuống sàn nhà
Et même alors, elle a continué à grandir
và thậm chí sau đó cô ấy vẫn tiếp tục phát triển
Comme dernière ressource, elle passa un bras par la fenêtre
như một nguồn lực cuối cùng, cô đưa một cánh tay ra ngoài
cửa sổ
et elle mit un pied dans la cheminée
và cô ấy đặt một chân lên ống khói
« Maintenant, je ne peux plus faire, quoi qu'il arrive »
"Bây giờ tôi không thể làm gì nữa, bất cứ điều gì xảy ra"
« Que vais-je devenir ? »
"Tôi sẽ ra sao?"

Alice a eu un peu de chance
Alice đã có một điểm may mắn
La petite bouteille magique avait fait son plein effet
Chai ma thuật nhỏ đã có tác dụng đầy đủ
et Alice ne grandit pas plus qu'elle n'était
và Alice không lớn hơn cô ấy
Au bout de quelques minutes, elle entendit une voix à l'extérieur
Sau vài phút, cô nghe thấy một giọng nói bên ngoài
et elle s'arrêta pour écouter la voix
và cô dừng lại để lắng nghe giọng nói
« Mary Ann ! Mary Ann ! dit la voix
"Mary Ann! Mary Ann!" giọng nói
« Apporte-moi mes gants tout de suite ! »
"Lấy găng tay cho tôi ngay bây giờ!"
Puis vint un petit claquement de pieds dans l'escalier
Sau đó là một tiếng vỗ chân nhỏ trên cầu thang
Alice savait que c'était le lapin qui venait la chercher
Alice biết đó là con thỏ đến tìm cô
et elle trembla jusqu'à faire trembler la maison
và nàng run rẩy cho đến khi làm rung chuyển ngôi nhà
elle oublia tout à fait quelles étaient ses proportions

cô hoàn toàn quên tỷ lệ của mình là gì
Elle était mille fois plus grosse que le lapin
cô ấy lớn gấp ngàn lần con thỏ
et elle n'avait aucune raison d'avoir peur d'un lapin
và cô không có lý do gì để sợ thỏ
Bientôt le lapin s'approcha de la porte
Ngay sau đó, con thỏ đến cửa
et le petit lapin essaya d'ouvrir la porte
và con thỏ nhỏ cố gắng mở cửa
La porte a commencé à s'ouvrir vers l'intérieur
cánh cửa bắt đầu mở ra bên trong
mais le coude d'Alice était fortement appuyé contre la porte
nhưng khuỷu tay của Alice bị ép mạnh vào cửa
Cette tentative s'est avérée un échec
Nỗ lực đó đã thất bại
Alice entendit le lapin se parler à lui-même
Alice nghe thấy con thỏ nói với chính mình
« Ensuite, je vais faire le tour et entrer par la fenêtre »
"Vậy thì tôi sẽ đi vòng quanh và vào qua cửa sổ"
« Que tu ne le feras pas ! » pensa Alice
"Rằng anh sẽ không!" Alice nghĩ
Et elle attendit encore un peu
và cô ấy đợi một chút nữa
Bientôt, elle entendit le lapin juste sous la fenêtre
Ngay sau đó, cô nghe thấy tiếng thỏ ngay dưới cửa sổ
Elle étendit soudain la main
Cô ấy đột nhiên dang tay ra
et elle fit une prise en l'air
và cô ấy đã giật lấy không trung
Elle n'a rien attrapé
Cô ấy không nắm được bất cứ thứ gì
mais elle entendit un petit cri et une chute
nhưng cô nghe thấy một tiếng hét nhỏ và một tiếng ngã
et elle entendit un fracas de verre brisé
và cô nghe thấy tiếng kính vỡ
Peut-être le lapin était-il tombé
Có lẽ con thỏ đã ngã

Peut-être était-il dans une serre
Có lẽ anh ấy đang ở trong một ngôi nhà xanh
Puis vint une voix en colère ; La voix du lapin
Tiếp theo là một giọng nói giận dữ; Giọng nói của con thỏ
« Pat, où es-tu ? »
"Pat, anh đang ở đâu?"
Et puis vint une voix qu'elle n'avait jamais entendue auparavant
Và rồi một giọng nói mà cô chưa bao giờ nghe trước đây vang lên
« Votre honneur, je suis là ! »
"Thưa ngài, tôi ở đây!"
« Je creuse pour trouver des pommes »
"Tôi đang đào táo"
« Ici ! Venez m'aider à m'en sortir !
"Đây! Hãy đến và giúp tôi thoát khỏi điều này!"
« Maintenant, dis-moi, Pat, qu'est-ce qu'il y a dans la fenêtre ? »
"Bây giờ hãy nói cho tôi biết, Pat, cái gì trong cửa sổ?"
« Bien sûr, Votre Honneur, je vais vous le dire »
"Chắc chắn rồi, tôi sẽ nói với ngài"
« C'est un bras qui est dans la fenêtre ! »
"Đó là một cánh tay ở trong cửa sổ!"
« Eh bien, un bras n'a rien à faire là-bas »
"Chà, một cánh tay không có việc gì ở đó"
« Va et enlève le bras ! »
"Đi và lấy cánh tay đi!"
Il y eut un long silence après cela
Có một sự im lặng dài sau đó
et Alice n'entendait que des chuchotements de temps en temps
và Alice chỉ có thể nghe thấy những lời thì thầm thỉnh thoảng
et enfin elle étendit de nouveau la main
và cuối cùng cô lại dang tay ra
et elle fit une autre arrachée dans les airs
và cô ấy thực hiện một cú giật khác trong không trung
Cette fois, il y eut deux petits cris

Lần này có hai tiếng la hét nhỏ

et il y avait d'autres bruits de verre brisé

và có nhiều âm thanh của kính vỡ hơn

« Je me demande ce qu'ils vont faire ensuite ! » pensa Alice

"Tôi tự hỏi họ sẽ làm gì tiếp theo!" Alice nghĩ

« J'aimerais qu'ils me tirent par la fenêtre »

"Tôi ước họ sẽ kéo tôi ra khỏi cửa sổ"

Elle attendit un certain temps

Cô đợi một lúc

Mais pendant un moment, elle n'entendit plus rien

nhưng trong một thời gian cô không nghe thấy gì thêm

Enfin, il y eut un grondement de petites roues

Cuối cùng là một tiếng ầm ầm của những bánh xe nhỏ

et il y eut le son d'un bon nombre de voix

và có âm thanh của nhiều giọng nói

Toutes les voix parlaient ensemble

tất cả các giọng nói đang nói chuyện với nhau

Elle pouvait distinguer certaines des paroles

Cô có thể hiểu ra một số từ

« Où est l'autre échelle ? »

"Cái thang kia đâu?"

« Bill a l'autre échelle »

"Bill có nấc thang khác"

« Bill, viens ici ! »

"Bill, đến đây!"

« Le toit va-t-il supporter le fardeau ? »

"Mái nhà có chịu được tải trọng không?"

« Qui veut descendre par la cheminée ? »

"Ai muốn đi xuống ống khói?"

— Non, je ne le ferai pas ! Vous le faites !

"Không, tôi sẽ không! Bạn làm điều đó!"

« Tiens, Bill ! »

"Đây, Bill!"

« Le maître dit qu'il faut descendre par la cheminée ! »

"Chủ nhân nói anh phải đi xuống ống khói!"

Alice descendit son pied aussi loin qu'elle le put dans la cheminée

Alice rút chân xuống ống khói càng xa càng tốt
Et puis elle attendit de voir ce qui allait arriver
và sau đó cô ấy chờ xem điều gì sẽ xảy ra
Elle entendit un petit animal gratter et se débattre
Cô nghe thấy một con vật nhỏ cào và tranh giành
Le petit animal doit être dans la cheminée
con vật nhỏ phải ở trong ống khói
Puis elle donna un coup de pied sec
Sau đó, cô ấy đá một cú mạnh
et elle attendit de voir ce qui allait se passer ensuite
và cô ấy chờ xem điều gì sẽ xảy ra tiếp theo
Elle entendit un chœur général de voix
cô nghe thấy một dàn hợp xướng chung của giọng nói
« Voilà Bill ! » dirent-ils tous
"Bill đi rồi!" tất cả họ đều nói
Puis elle entendit la voix du lapin seule
Rồi cô nghe thấy giọng thỏ một mình
« Toi par la haie, attrape-le ! »
"Anh bên hàng rào, bắt anh ta!"
Il y eut un autre moment de silence
Có một khoảnh khắc im lặng khác
Et puis il y eut une autre confusion de voix
và sau đó có một sự nhầm lẫn khác của giọng nói
« Lève la tête, Brandy »
"Ngẩng đầu lên, Brandy"
« Attention à ne pas l'étouffer »
"Hãy cẩn thận để không làm nghẹt thở anh ấy"
« Qu'est-ce qui t'est arrivé ? »
"Chuyện gì đã xảy ra với anh?"
Enfin, une petite voix faible et grinçante est apparue
Cuối cùng là một giọng nói hơi yếu ớt, rít
« Eh bien, je n'en sais presque pas plus »
"Chà, tôi hầu như không biết gì nữa"
« merci à tous, je vais mieux maintenant »
"Cảm ơn tất cả các bạn, bây giờ tôi đã tốt hơn"
« il y a une chose dont je peux me souvenir »
"Có một điều tôi có thể nhớ"

« Quelque chose vient à moi comme un train dans un tunnel »
"Có thứ gì đó đến với tôi như một chuyến tàu trong đường hầm"
« Et je vole comme une fusée ! »
"và tôi bay lên như một tên lửa trên trời!"
Il y eut une minute ou deux de silence
Có một hoặc hai phút im lặng
puis ils ont recommencé à se déplacer
và sau đó họ bắt đầu di chuyển một lần nữa
et Alice entendit de nouveau le Lapin parler
và Alice nghe thấy con Thỏ nói một lần nữa
« Une brouette fera l'affaire, pour commencer »
"Một chiếc xe ngựa sẽ làm được, ngay từ đầu"
« Une brouette pleine de quoi ? » pensa Alice
"Một cái gì vậy?" Alice nghĩ
Mais elle ne fut pas tenue en suspens longtemps
Nhưng cô ấy không bị giữ trong hồi hộp lâu
Une pluie de petits cailloux est passée par la fenêtre
một cơn mưa đá cuội nhỏ chảy qua cửa sổ
et quelques petits cailloux l'ont frappée au visage
và một số viên sỏi nhỏ đập vào mặt cô ấy
Alice fut surprise par les petits cailloux
Alice ngạc nhiên về những viên sỏi nhỏ
Tous les petits cailloux se transformaient en gâteaux
tất cả những viên sỏi nhỏ đang biến thành bánh ngọt
et une idée lumineuse lui vint à l'esprit
và một ý tưởng tuyệt vời xuất hiện trong đầu cô
« Je devrais manger un de ces gâteaux »
"Tôi nên ăn một trong những chiếc bánh này"
« Le gâteau ne manquera pas de faire changer ma taille »
"Bánh chắc chắn sẽ tạo ra một số thay đổi về kích thước của tôi"
Alors elle a avalé l'un des gâteaux
Vì vậy, cô ấy nuốt một trong những chiếc bánh
et elle fut ravie de constater qu'elle commençait à rétrécir
và cô ấy rất vui khi thấy rằng cô ấy bắt đầu co lại

Bientôt, elle fut assez petite pour franchir la porte
chẳng mấy chốc cô ấy đủ nhỏ để bước qua cánh cửa
Elle s'est enfuie de la maison
cô ấy chạy ra khỏi nhà
Une foule de petits animaux et d'oiseaux attendaient dehors
một đám đông động vật nhỏ và chim đang đợi bên ngoài
tous les petits oiseaux et les petits animaux se précipitèrent sur Alice
tất cả những con chim nhỏ và động vật lao vào Alice
Mais elle s'enfuit aussi vite qu'elle le put
nhưng cô ấy chạy nhanh nhất có thể
et bientôt elle se trouva en sécurité dans un bois épais
và chẳng mấy chốc cô thấy mình an toàn trong một khu rừng rậm
Alice errait dans les bois
Alice lang thang trong rừng
Et elle pensa en elle-même :
và nàng nghĩ thầm:
« Je sais ce que je dois faire en premier »
"Tôi biết mình phải làm gì trước"
« Je dois d'abord grandir à ma bonne taille »
"Đầu tiên tôi phải phát triển đến kích thước phù hợp của mình một lần nữa"
« et puis je dois trouver mon chemin dans ce joli jardin »
"và sau đó tôi phải tìm đường vào khu vườn xinh xắn đó"
« Je suppose que je devrais manger ou boire quelque chose ou autre »
"Tôi cho rằng tôi nên ăn hoặc uống điều gì đó hay thứ khác"
« Mais la question est de savoir ce que je dois manger ou boire ? »
"Nhưng câu hỏi là tôi nên ăn gì hay uống gì?"
Alice regarda tout autour d'elle les fleurs
Alice nhìn xung quanh cô ấy vào những bông hoa
et elle regarda à travers les brins d'herbe
và nàng nhìn qua những ngọn cỏ
mais elle ne voyait rien à manger ni à boire
nhưng cô không thể nhìn thấy bất cứ thứ gì để ăn hoặc uống

Rien ne semblait être la bonne chose à manger ou à boire
không có gì giống như thứ phù hợp để ăn hoặc uống
Il y avait un gros champignon qui poussait près d'elle
Có một cây nấm lớn mọc gần cô ấy
le champignon était à peu près de la même taille qu'Alice
cây nấm có chiều cao tương đương với Alice
Elle s'étira sur la pointe des pieds
Cô ấy vươn người lên bằng cách nhón chân
Et elle jeta un coup d'œil par-dessus le bord du champignon
và cô nhìn trộm qua mép nấm
**Ses yeux rencontrèrent immédiatement les yeux d'une
grande chenille bleue**
Mắt cô ngay lập tức chạm vào mắt của một con sâu bướm lớn
màu xanh lam
La chenille était assise sur le sommet du champignon
con sâu bướm đang ngồi trên ngọn nấm
et la chenille avait croisé tous ses bras
và con sâu bướm đã khoanh tay
et il fumait tranquillement un long narguilé
và anh ta đang lặng lẽ hút một chiếc hookah dài
et il ne faisait pas la moindre attention à rien
và anh ta không để ý đến bất cứ điều gì
et il n'a certainement pas fait attention à Alice
và anh ấy chắc chắn không chú ý đến Alice

Les conseils d'une chenille
Lời khuyên từ một con sâu bướm

Finalement, la chenille a retiré le narguilé de sa bouche
Cuối cùng con sâu bướm đã lấy hookah ra khỏi miệng
et il s'adressa à Alice d'une voix languissante et endormie
và anh nói với Alice bằng một giọng uể oải, buồn ngủ
« Qui es-tu ? » demanda la chenille
"Anh là ai?" con sâu bướm nói

Alice a répondu, plutôt timidement : « Je sais à peine, monsieur. »
Alice trả lời, khá ngượng ngùng, "Tôi hầu như không biết, thưa ngài"
« Juste pour le moment, c'est un peu... »
"Chỉ vào lúc này, tất cả chỉ là một chút..."
« Je sais qui j'étais quand je me suis levé ce matin" »
"Tôi biết tôi là ai khi tôi thức dậy sáng nay".
« mais je pense que j'ai dû changer plusieurs fois depuis »
"nhưng tôi nghĩ tôi phải thay đổi nhiều lần kể từ đó"
« Qu'est-ce que tu veux dire par là ? » dit la chenille
"Ý anh là gì?" con sâu bướm nói

sévèrement, la chenille lui demanda de s'expliquer
Nghiêm khắc con sâu bướm yêu cầu cô giải thích bản thân
**— Je ne peux pas m'expliquer, j'en ai peur, monsieur, dit
Alice**
"Tôi không thể giải thích bản thân, tôi sợ, thưa ngài," Alice nói
« parce que je ne suis pas moi-même »
"bởi vì tôi không phải là chính mình"
**« Vous voyez, être de tant de tailles différentes en une
journée, c'est très déroutant »**
"Bạn thấy đấy, có rất nhiều kích cỡ khác nhau trong một ngày
rất khó hiểu"
Elle se redressa et dit très gravement :
Cô đứng dậy và nói rất nghiêm túc:
« Je pense que tu devrais me dire qui tu es, en premier »
"Tôi nghĩ anh nên nói cho tôi biết anh là ai, trước tiên"
« Pourquoi ? » demanda la chenille
"Tại sao?" con sâu bướm nói
Alice ne voyait aucune bonne raison
Alice không thể nghĩ ra bất kỳ lý do chính đáng nào
**et la chenille semblait être dans un état d'esprit très
désagréable**
và con sâu bướm dường như đang ở trong một trạng thái tâm
trí rất khó chịu
alors elle s'en retourna
vì vậy cô ấy quay đi
« Reviens ! » la chenille l'appela
"Quay lại!" con sâu bướm gọi theo cô
« J'ai quelque chose d'important à dire ! »
"Tôi có một điều quan trọng muốn nói!"
Alice se retourna et revint
Alice quay lại và quay lại
« Garde ton sang-froid », dit la chenille
"Giữ bình tĩnh," con sâu bướm nói
— C'est tout ? dit Alice
"Chỉ vậy thôi?" Alice nói
Et elle ravala sa colère de son mieux
và cô ấy nuốt cơn giận của mình hết sức có thể

« Non, » dit la chenille

"Không," con sâu bướm nói

La chenille déplia ses bras

con sâu bướm dang rộng cánh tay của nó

Et il retira le narguilé de sa bouche

và anh ta lại lấy hookah ra khỏi miệng mình

et il a dit : « Vous pensez donc que vous avez changé, n'est-ce pas ? »

và anh ấy nói, "Vậy anh nghĩ rằng anh đã thay đổi, phải không?"

— J'ai peur, je suis changée, monsieur, dit Alice

"Tôi sợ, tôi đã thay đổi, thưa ngài," Alice nói

« Je ne me souviens plus des choses comme je m'en souvenais »

"Tôi không thể nhớ mọi thứ như tôi đã từng nhớ chúng"

« et je ne reste pas plus de dix minutes de la même taille ! »

"Và tôi không giữ nguyên kích thước quá mười phút!"

« Quelle taille veux-tu faire ? » demanda la chenille

"Anh muốn có kích thước bao nhiêu?" con sâu bướm hỏi

— Oh, ma taille ne me dérange pas particulièrement, répondit vivement Alice

"Ồ, tôi không đặc biệt bận tâm đến kích thước của mình," Alice vội vàng trả lời

« Je n'aime pas changer de taille si souvent, vous savez »

"Tôi chỉ không thích thay đổi kích thước thường xuyên, bạn biết đấy"

« J'aimerais être un peu plus grand, monsieur »

"Tôi muốn lớn hơn một chút, thưa ngài"

— Si cela ne vous dérange pas, ajouta Alice

"Nếu anh không phiền," Alice nói thêm

« Dix centimètres, c'est une taille si misérable »

"Mười cm là một chiều cao khốn khổ"

« C'est une très bonne hauteur en effet ! » dit la chenille avec colère

"Đó thực sự là một chiều cao rất tốt!" con sâu bướm tức giận nói

et il se redressa tout en parlant

và ông đứng thẳng khi nói

Il mesurait exactement dix centimètres de haut

anh ta cao chính xác mười cm

Au bout d'une minute ou deux, la chenille s'est détachée du champignon

Trong một hoặc hai phút, con sâu bướm đã thoát khỏi nấm

et il s'enfonça en rampant dans l'herbe

và anh ta bò đi vào bãi cỏ

En s'éloignant, il fit quelques petites remarques

Khi anh ấy đi xa, anh ấy đã đưa ra một số nhận xét nhỏ

« Un côté vous fera grandir »

"Một bên sẽ làm cho bạn cao hơn"

« Et l'autre côté te fera rapetisser »

"Và phía bên kia sẽ làm cho bạn trở nên thấp hơn"

« Un côté de quoi ? » pensa Alice en elle-même

"Một mặt của cái gì?" Alice nghĩ với chính mình

« L'autre côté de quoi ? »

"Mặt khác của cái gì?"

« Le côté du champignon », dit la chenille

"Bên cạnh nấm," con sâu bướm nói

C'était comme si elle avait posé sa question à haute voix

Như thế cô đã hỏi lớn câu hỏi của mình

et un instant plus tard, il fut hors de vue

và trong một khoảnh khắc khác, anh ta đã khuất tầm nhìn

Alice resta pensivement à regarder le champignon

Alice vẫn trầm ngâm nhìn cây nấm

Elle essayait de distinguer quels étaient les deux côtés du champignon

Cô đang cố gắng tìm ra hai mặt của nấm

Enfin, elle étendit ses bras autour du champignon

Cuối cùng cô duỗi tay quanh cây nấm

Et elle cassa un peu les bords

và cô ấy đã bẻ gãy một chút các cạnh

« Et maintenant, de quel côté est-ce ? » se dit-elle

"Và bây giờ, bên nào là bên nào?" cô tự nhủ

et elle grignota un peu du mors de la main droite

và cô ấy gặm một chút bên tay phải

L'instant d'après, elle sentit un violent coup sous son menton

Khoảnh khắc tiếp theo, cô cảm thấy một cú đánh dữ dội dưới cằm

Son menton avait heurté son pied !

cằm cô ấy đã đập vào chân cô ấy!

Elle fut bien effrayée par ce changement très soudain

Cô rất sợ hãi trước sự thay đổi rất đột ngột này

Elle rétrécissait très rapidement

cô ấy co lại rất nhanh

Alors elle a rapidement mangé un peu de l'autre morceau de champignon

Vì vậy, cô ấy nhanh chóng ăn một ít nấm khác

Son menton était très serré contre son pied

Cằm của cô ấy được ép rất chặt vào chân cô ấy

Il y avait à peine de la place pour ouvrir la bouche

hầu như không có chỗ để mở miệng

mais elle parvint enfin à ouvrir la bouche

nhưng cuối cùng cô ấy đã cố gắng mở miệng

et elle avala un morceau du mors de la main gauche

và cô nuốt một miếng bên trái

« Ma tête a enfin été libérée ! » dit Alice

"Cuối cùng đầu tôi cũng được giải thoát!" Alice nói

Elle baissa les yeux sur elle-même

cô ấy nhìn xuống chính mình

mais tout ce qu'elle pouvait voir, c'était une immense longueur de cou

nhưng tất cả những gì cô có thể nhìn thấy là một cái cổ dài khổng lồ

Son cou semblait se dresser comme une tige

cổ cô ấy dường như nhô lên như một cuống

et elle baissa les yeux sur une mer de feuilles vertes

và cô nhìn xuống một biển lá xanh

« Où sont passées mes épaules ? »

"Vai tôi đã đi đâu?"

« Et oh, mes pauvres mains, comment se fait-il que je ne puisse pas vous voir ? »

"Và ôi, đôi tay tội nghiệp của tôi, làm sao tôi không thể nhìn thấy anh?"
Mais son cou avait un avantage
nhưng cổ của cô ấy có một lợi ích
Elle pouvait bouger la tête dans n'importe quelle direction
cô ấy có thể di chuyển đầu theo bất kỳ hướng nào
En fait, elle était comme un serpent
Trên thực tế, cô ấy giống như một con rắn
Elle zigzague gracieusement, la tête baissée
Cô duyên dáng ngoằn ngoèo đầu xuống
et elle remua la tête à travers les arbres
và cô ấy di chuyển đầu qua những tán cây
Mais elle entendit alors un sifflement aigu
nhưng sau đó cô nghe thấy một tiếng rít sắc bén
Et elle tira rapidement la tête en arrière
và cô ấy nhanh chóng rút đầu ra sau
Un gros pigeon lui avait volé au visage
Một con chim bồ câu lớn đã bay vào mặt cô
et le pigeon était violemment avec ses ailes
và con chim bồ câu hung dữ với đôi cánh của nó

« Serpent ! » cria le pigeon
"Con rắn!" chim bồ câu kêu lên
« Je ne suis pas un serpent ! » dit Alice avec indignation
"Tôi không phải là một con rắn!" Alice phẫn nộ nói
« Laisse-moi tranquille ! »
"Để tôi yên!"
« J'ai essayé les racines des arbres »
"Tôi đã thử rễ cây"
— Et j'ai essayé des haies, continua le pigeon
"và tôi đã thử hàng rào," con chim bồ câu tiếp tục
« Mais ces serpents ! Il n'y a pas moyen de leur plaire !
"Nhưng những con rắn đó! Không có gì làm hài lòng họ!"
Alice était de plus en plus perplexe
Alice càng ngày càng bối rối
« Comme si ce n'était pas assez compliqué de faire éclore les
œufs », a déclaré le pigeon
"Như thể không đủ rắc rối khi ấp trứng," con chim bồ câu nói
« Nuit et jour, je dois aussi faire attention aux serpents ! »
"Cả ngày lẫn đêm tôi cũng phải đề phòng rắn!"
« Je venais de trouver l'arbre le plus haut de la forêt »
"Tôi vừa tìm thấy cái cây cao nhất trong rừng"
« Je serais sûrement libre des serpents ici ? »
"Chắc chắn tôi sẽ không bị rắn ở đây?"
« Et un serpent sort du ciel ! »
"Và một con rắn từ trên trời đi ra!"
« Mais je ne suis pas un serpent, je vous le dis ! » dit Alice
"Nhưng tôi không phải là một con rắn, tôi nói với bạn!" Alice
nói
"Je suis un... Je suis un... Je suis une petite fille, ajouta-t-elle
d'un air un peu dubitatif
"Tôi là... Tôi là... Tôi là một cô bé," cô nói thêm một cách khá
nghi ngờ
Après tout, elle avait traversé beaucoup de changements
Rốt cuộc, cô ấy đã trải qua rất nhiều thay đổi
« Tu cherches des œufs », dit le pigeon
"Anh đang tìm trứng," con chim bồ câu nói

« Je le sais pertinemment »
"Tôi biết điều đó là một sự thật"
« Et qu'importe que vous soyez une petite fille ou un serpent ? »
"Và có vấn đề gì nếu bạn là một cô bé hay một con rắn?"
— Cela m'importe beaucoup, dit Alice à la hâte
"Điều đó rất quan trọng đối với tôi," Alice vội vàng nói
« mais je ne cherche pas d'œufs, en l'occurrence »
"Nhưng tôi không tìm kiếm trứng, như nó xảy ra"
« et je ne voudrais pas de tes œufs de toute façon »
"và dù sao thì tôi cũng không muốn trứng của bạn"
« Je n'aime pas mes œufs crus »
"Tôi không thích trứng sống của mình"
« Eh bien, allez-vous-en ! » dit le pigeon d'un ton boudeur
"Vậy thì đi đi!" con chim bồ câu nói với giọng hờn dỗi
et le pigeon se posa de nouveau dans son nid
và con chim bồ câu lại lắng xuống tổ của nó
Alice s'accroupit parmi les arbres du mieux qu'elle put
Alice cúi xuống giữa những tán cây tốt nhất có thể
Son cou ne cessait de s'emmêler parmi les branches
cổ cô ấy liên tục vướng vào cành cây
De temps en temps, elle devait s'arrêter et se tordre le cou
Thỉnh thoảng cô phải dừng lại và tháo cổ
Au bout d'un moment, elle se souvint du champignon
Sau một lúc, cô nhớ ra cây nấm
Elle tenait toujours les morceaux de champignon dans ses mains
Cô vẫn cầm những mảnh nấm trên tay
et elle se mit à l'œuvre avec beaucoup de soin
và cô bắt đầu làm việc rất cẩn thận
D'abord, elle a grignoté un morceau
Đầu tiên cô gặm nhấm một mảnh
puis elle grignota l'autre morceau
và sau đó cô gặm nhấm mảnh kia
Parfois, elle grandissait
đôi khi cô ấy cao hơn
et parfois elle devenait plus petite

và đôi khi cô ấy trở nên thấp hơn
Mais finalement, elle a atteint sa taille habituelle
nhưng cuối cùng cô ấy đã đạt được chiều cao bình thường của
mình
Elle n'avait pas été de sa taille depuis un certain temps
cô ấy đã không có chiều cao của chính mình trong một thời
gian
Tout m'a semblé étrange pendant un moment
Vì vậy, mọi thứ cảm thấy kỳ lạ trong một thời gian
**« La prochaine chose à faire est d'entrer dans ce beau
jardin »**
"Điều tiếp theo cần làm là vào khu vườn xinh đẹp đó"
« Comment cela se fera-t-il, je me demande ? »
"Làm thế nào để làm điều đó, tôi tự hỏi?"
En disant cela, elle tomba sur un endroit ouvert
Khi cô ấy nói điều này, cô ấy bắt gặp một nơi trống
Il y avait une petite maison, un peu plus haute qu'un mètre
có một ngôi nhà nhỏ, cao hơn một mét một chút
« Je me demande qui habite cette petite maison »
"Tôi tự hỏi ai sống trong ngôi nhà nhỏ này"
**« Je ne peux certainement pas y aller aussi grand que je le
suis »**
"Tôi chắc chắn không thể đi vào lớn như tôi"
« Je les effrayerais terriblement ! »
"Tôi sẽ làm họ sợ hãi khủng khiếp!"
alors elle grignota à nouveau le petit champignon
vì vậy cô lại gặm nhấm cây nấm nhỏ
et bientôt elle s'abaissa de trente centimètres
và chẳng mấy chốc cô ấy hạ mình xuống ba mươi cm

Pendant une minute ou deux, elle resta à regarder la maison
Trong một hoặc hai phút, cô đứng nhìn ngôi nhà
Soudain, un valet de pied sortit en courant des bois
Đột nhiên một người hầu chạy ra khỏi rừng
Il portait un uniforme de livrée spécial
anh ấy mặc một bộ đồng phục màu sơn đặc biệt
à en juger par son seul visage, elle l'aurait traité de poisson
Đánh giá chỉ bằng khuôn mặt của anh, cô sẽ gọi anh là cá
et il frappa bruyamment à la porte avec ses jointures
và anh ta gõ lớn vào cửa bằng các đốt ngón tay của mình
La porte fut ouverte par un autre valet de pied
Cánh cửa được mở bởi một người hầu khác
Ce valet de pied portait également une livrée spéciale
Người hầu này cũng mặc một màu sơn đặc biệt
**Ce valet de pied avait un visage rond et de grands yeux
comme une grenouille**
Người hầu này có khuôn mặt tròn và đôi mắt to như ếch

**C'est le valet de pied qui ressemblait à un poisson qui a
initié la cérémonie**
Người hầu trông giống như một con cá khởi xướng buổi lễ
Il sortit quelque chose de sous son bras
anh ta rút ra thứ gì đó từ dưới cánh tay của mình
et il tira de dessous son bras une enveloppe
và anh ta rút ra từ dưới cánh tay mình một phong bì
et cette enveloppe, il la remit à l'autre valet de pied
và phong bì này anh ta đưa cho người hầu kia
D'un ton cérémoniel, il lui donna les ordres
bằng một giọng nghi lễ, anh ta nói với anh ta những mệnh
lệnh
« Ce message s'adresse à la duchesse »
"Thông điệp này dành cho Nữ công tước"
« Une invitation de la reine à jouer au croquet »
"Lời mời từ nữ hoàng chơi croquet"
**Le valet de pied qui ressemblait à une grenouille répéta
l'ordre**
Người hầu trông giống như một con ếch lặp lại mệnh lệnh
« De la reine »
"Từ Nữ hoàng"
« Une invitation »
"Lời mời"
« pour la duchesse »
"cho Nữ công tước"
« Jouer au croquet »
"Chơi croquet"
Puis ils s'inclinèrent tous les deux
Sau đó, cả hai đều cúi đầu thấp
et les boucles de leurs perruques s'emmêlèrent
và những lọn tóc giả của họ vướng vào nhau
**Bientôt, le valet de pied qui ressemblait à un poisson a
disparu**
Chẳng mấy chốc, người hầu trông giống như một con cá đã
biến mất
**Mais le valet de pied qui ressemblait à une grenouille était
toujours là**

Nhưng người hầu trông giống như một con ếch vẫn còn đó

Il était assis par terre près de la porte

anh ấy đang ngồi trên mặt đất gần cửa

Il regardait bêtement le ciel

anh ta đang nhìn chằm chằm lên bầu trời một cách ngu ngốc

Alice s'approcha timidement de la porte et frappa

Alice rụt rè đi đến cửa và gõ cửa

— Il ne sert à rien de frapper, dit le valet de pied

"Không có ích gì khi gõ cửa," người hầu nói

« Et ce, pour deux raisons »

"Và đó là vì hai lý do"

**« D'abord, parce que je suis du même côté de la porte que
toi »**

"Đầu tiên, bởi vì tôi ở cùng phía cánh cửa với anh"

**« Deuxièmement, parce qu'ils font tellement de bruit à
l'intérieur »**

"Thứ hai, bởi vì họ đang tạo ra quá nhiều tiếng ồn bên trong"

« Personne ne pouvait vous entendre »

"Không ai có thể nghe thấy bạn"

**Et il y avait certainement un bruit des plus extraordinaires à
l'intérieur**

Và chắc chắn có một tiếng ồn phi thường nhất đang diễn ra
bên trong

des hurlements et des éternuements constants

một tiếng hú và hắt hơi liên tục

et de temps en temps un bruit de grand fracas

và thỉnh thoảng lại có âm thanh va chạm lớn

**comme si un plat ou une bouilloire avait été brisé en
morceaux**

như thể một chiếc đĩa hoặc ấm đun nước đã bị vỡ thành từng
mảnh

« Comment vais-je entrer ? » demanda Alice

"Làm thế nào tôi có thể vào được?" Alice hỏi

— Faut-il que tu entres ? dit le valet de pied

"Anh có nên vào không?" người hầu nói

« C'est la première question, vous savez »

"Đó là câu hỏi đầu tiên, bạn biết đấy"

Alice ouvrit la porte et entra
Alice mở cửa và đi vào
La porte menait directement à une grande cuisine
Cánh cửa dẫn thẳng vào một căn bếp lớn
La cuisine était pleine de fumée d'un bout à l'autre
nhà bếp đầy khói từ đầu này sang đầu kia
au milieu de la cuisine se trouvait la duchesse
ở giữa nhà bếp là Nữ công tước
Elle était assise sur un tabouret à trois pieds
cô ấy đang ngồi trên một chiếc ghế ba chân
et elle allaitait un bébé
và cô ấy đang cho con bú
Le cuisinier était penché au-dessus du feu
người đầu bếp đang nghiêng người trên đống lửa
Il remuait un grand chaudron
anh ta đang khuấy một cái vạc lớn
et le chaudron semblait être plein de soupe
và cái vạc dường như đầy súp
**« Il y a certainement trop de poivre dans cette soupe ! » Alice
se dit**
"Chắc chắn có quá nhiều hạt tiêu trong món súp đó!" Alice tự
nhủ
Elle l'a dit du mieux qu'elle a pu sans éternuer
cô ấy nói điều đó tốt nhất có thể mà không hắt hơi
Même la duchesse éternuait de temps en temps
Ngay cả Nữ công tước thỉnh thoảng cũng hắt hơi
Mais les actions du bébé étaient les plus remarquables
Nhưng hành động của em bé là đáng chú ý nhất
Le bébé éternuait et hurlait alternativement
em bé hắt hơi và hú luân phiên
**Il n'y avait pas un instant de pause entre les hurlements et
les éternuements**
không có một giây phút nào giữa tiếng hú và hắt hơi
**Il y avait deux créatures dans la cuisine qui n'éternuaient
pas**
Có hai sinh vật trong bếp không hắt hơi
Le cuisinier était trop occupé pour éternuer

đầu bếp quá bận rộn để hắt hơi
et le gros chat ne semblait pas se soucier du poivre
và con mèo lớn dường như không bận tâm đến hạt tiêu
Au lieu de cela, le gros chat souriait d'une oreille à l'autre
Thay vào đó, con mèo lớn đang cười toe toét
— Pourriez-vous me le dire, s'il vous plaît, dit Alice un peu timidement
"Làm ơn anh có thể nói cho tôi biết," Alice nói, hơi rụt rè
« Pourquoi ton chat sourit-il comme ça ? »
"Tại sao con mèo của bạn lại cười toe toét như vậy?"
« C'est un Cheshire-Cat, » dit la duchesse
"Đó là một con mèo Cheshire," Nữ công tước nói
« Et c'est pourquoi il sourit d'une oreille à l'autre »
"Và đó là lý do tại sao anh ấy cười toe toét"
« Je ne savais pas qu'un Cheshire-Cat souriait toujours »
"Tôi không biết rằng một con mèo Cheshire luôn cười toe toét"
« En fait, je ne savais pas que les chats pouvaient sourire », a déclaré Alice
"Trên thực tế, tôi không biết rằng mèo có thể cười," Alice nói
— Il y a beaucoup de choses que vous ne savez pas, dit la duchesse
"Có nhiều điều bạn không biết," Nữ công tước nói
« Il y a beaucoup de choses que vous ne savez pas et c'est un fait »
"Có nhiều điều bạn không biết và đó là một sự thật"
Juste à ce moment-là, le cuisinier retira le chaudron de soupe du feu
Ngay sau đó, người đầu bếp lấy nồi súp ra khỏi lửa
et aussitôt, elle commença à jeter tout ce qui était à sa portée
và ngay lập tức cô bắt đầu ném mọi thứ trong tầm tay của mình
elle jeta tout ce qu'elle put sur la duchesse et le bébé
cô ném mọi thứ có thể vào Nữ công tước và đứa bé
D'abord, elle jeta les fers à feu
Đầu tiên cô ném bàn ủi lửa
Puis elle a jeté une poignée de casseroles
Sau đó, cô ấy ném một nắm chảo

et enfin elle jeta les assiettes et les plats

và cuối cùng cô ném đĩa và bát đĩa

La duchesse ne fit pas attention à elle

Nữ công tước không để ý đến cô ấy

Même lorsqu'elle a été frappée par une assiette, elle ne s'est pas inquiétée

Ngay cả khi cô ấy bị đĩa, cô ấy cũng không lo lắng

Le bébé hurlait déjà tellement

đứa bé đã hú rất nhiều

Il était donc impossible de dire si les coups blessaient le bébé ou non

Vì vậy, không thể nói liệu những cú đánh có làm tổn thương em bé hay không

« Oh, je vous en prie, faites attention à ce que vous faites ! » s'écria Alice

"Ồ, xin hãy để ý những gì anh đang làm!" Alice kêu lên

et elle sautait de haut en bas dans une agonie de terreur

và cô ấy nhảy lên nhảy xuống trong một nỗi kinh hoàng

la duchesse offrit le bébé à Alice

Nữ công tước đã đề nghị Alice đứa bé

« Ici ! Tu peux allaiter un peu le bébé, si tu veux !

"Đây! Cô có thể cho bé bú một chút, nếu cô thích!"

et elle lui lança l'enfant tout en parlant

và cô ấy ném đứa bé vào cô ấy khi cô ấy nói

« Je dois aller me préparer à jouer au croquet avec la reine »

"Tôi phải đi và sẵn sàng chơi croquet với nữ hoàng"

et elle se hâta de sortir de la chambre

và cô vội vã ra khỏi phòng

Alice attrapa le bébé avec quelque difficulté

Alice bắt được đứa bé với một số khó khăn

parce que c'était une petite créature de forme très étrange

bởi vì nó là một sinh vật nhỏ bé có hình dạng rất kỳ lạ

et l'enfant tendit les bras et les jambes dans toutes les directions

và đứa bé giơ tay và chân ra mọi hướng

« Je ferais mieux d'emmener cet enfant avec moi », pensa Alice

"Tốt hơn là tôi nên mang đứa trẻ này đi cùng," Alice nghĩ

« Ils sont sûrs de tuer ce bébé dans un jour ou deux »

"Họ chắc chắn sẽ giết đứa bé này trong một hoặc hai ngày"

**« Ne serait-ce pas un meurtre de laisser ce bébé derrière soi ?
»**

"Không phải là giết người nếu bỏ lại đứa bé này sao?"

Elle prononça les derniers mots à haute voix

Cô ấy nói to những lời cuối cùng

Et la petite créature grogna en réponse

và thứ nhỏ bé càu nhàu đáp lại

**« Tu ferais mieux de ne pas te transformer en cochon, ma
chère, » dit Alice**

"Tốt nhất là anh không nên biến thành một con lợn, em yêu,"
Alice nói

« ou alors je n'aurai plus rien à faire avec toi »

"Nếu không tôi sẽ không liên quan gì đến anh nữa"

Alice commençait à peine à penser en elle-même :

Alice chỉ mới bắt đầu suy nghĩ:

**« Maintenant, que vais-je faire de cette créature, quand je la
ramène à la maison ? »**

"Bây giờ, tôi phải làm gì với sinh vật này, khi tôi đưa nó về
nhà?"

Mais alors la petite créature grogna un peu violemment

nhưng sau đó sinh vật nhỏ bé càu nhàu một chút dữ dội

**et Alice baissa les yeux sur son visage avec une certaine
inquiétude**

và Alice nhìn xuống mặt nó với vẻ hoảng hốt

Cette fois, il ne pouvait y avoir d'erreur à ce sujet

Lần này không thể có sai lầm về nó

Ce n'était ni plus ni moins qu'un cochon

nó không nhiều hơn cũng không kém một con lợn

alors elle déposa la petite créature

vì vậy cô đặt sinh vật nhỏ bé xuống

et la petite créature s'éloigna tranquillement dans le bois

và sinh vật nhỏ lặng lẽ chạy vào rừng

Alice se sentit tout à fait soulagée de voir la créature partir

Alice cảm thấy khá nhẹ nhõm khi thấy sinh vật này ra đi

Alice fut un peu surprise en voyant le Chat-Cheshire
Alice hơi giật mình khi nhìn thấy con mèo Cheshire
Il était assis sur une branche d'arbre à quelques mètres de là
nó đang ngồi trên một cành cây cách đó vài mét
Le chat ne sourit que lorsqu'il la vit
Con mèo chỉ cười toe toét khi nhìn thấy cô
« Chat du Cheshire », commença Alice un peu timidement
"Con mèo Cheshire," Alice bắt đầu, khá rụt rè
« Pourriez-vous s'il vous plaît me dire dans quelle direction je dois aller à partir d'ici ? »
"Anh có thể cho tôi biết tôi nên đi theo hướng nào từ đây không?"
« Dans cette direction », dit le chat
"Theo hướng đó," con mèo nói
et il agita la patte droite
và nó vẫy bàn chân phải xung quanh
« C'est dans cette direction que vit un fabricant de chapeaux »
"Ở hướng đó sống một người thợ mũ"
puis le chat agita son autre patte
và sau đó con mèo vẫy bàn chân kia của nó
« Et dans cette direction vit un lièvre de marche »
"Và theo hướng đó sống một con thỏ hành quân"
« Visitez l'un ou l'autre de vos goûts ; Ils sont tous les deux fous"
"Ghé thăm một trong hai bạn thích; cả hai đều điên rồi"
— Mais je ne veux pas aller parmi des fous, remarqua Alice
"Nhưng tôi không muốn đi giữa những người điên," Alice nhận xét
« Oh, tu ne peux pas t'en empêcher, » dit le Chat
"Ồ, anh không thể không làm điều đó," Con Mèo nói
« Nous sommes tous fous ici »
"Tất cả chúng ta đều điên ở đây"
« Tu joues au croquet avec la reine aujourd'hui ? »
"Hôm nay bạn đang chơi croquet với nữ hoàng à?"
— J'aimerais beaucoup, dit Alice
"Tôi rất muốn làm vậy," Alice nói

« mais je n'ai pas encore été invité »
"nhưng tôi vẫn chưa được mời"
« Tu me verras là-bas », dit le Chat
"Anh sẽ thấy tôi ở đó," Con Mèo nói
et d'un instant à l'autre le chat disparaissait
và từ khoảnh khắc này sang khoảnh khắc khác, con mèo biến
mất
bientôt Alice arriva en vue de la maison du lièvre de marche
chẳng mấy chốc, Alice đã nhìn thấy ngôi nhà của thỏ hành
quân
C'était une très grande maison
Đây là một ngôi nhà rất lớn
alors Alice ne voulait pas s'approcher de la maison
vì vậy Alice không muốn đến gần nhà
D'abord, elle a dû grignoter un peu plus du morceau de
champignon du côté gauche
Đầu tiên cô phải gặm thêm một ít nấm bên trái

Un thé fou

Một bữa tiệc trà điên cuồng

Devant la maison, il y avait un arbre

Trước nhà có một cái cây

et sous l'arbre, il y avait une table

và dưới gốc cây có một cái bàn

et la table était dressée avec toutes sortes de couverts

và bàn được đặt với đủ loại dao kéo

Le lièvre de mars et le chapelier étaient à table

Thỏ March và người thợ làm mũ đang ngồi tại bàn

et ensemble ils prenaient le thé

và họ đang cùng nhau uống trà

Un loir était assis entre eux

Một con chuột ngủ đang ngồi giữa họ

et le loir dormait profondément

và con chuột ngủ say

La table était d'une taille extraordinaire

Chiếc bàn có kích thước phi thường

mais la majeure partie de la table était inoccupée

nhưng hầu hết bàn đều không có người ở

Ils étaient assis serrés les uns contre les autres dans un coin de la table

Họ ngồi chen chúc với nhau ở một góc bàn

et pourtant ils s'excusaient quand ils voyaient Alice

nhưng họ đã bào chữa khi nhìn thấy Alice

« Pas de place ! Pas de place ! » crièrent-ils

"Không có phòng! Không có phòng!" họ kêu lên

« Il y a beaucoup de place ! » dit Alice avec indignation

"Có rất nhiều chỗ!" Alice phẫn nộ nói

À l'une des extrémités de la table, il y avait un grand fauteuil

Ở một đầu bàn có một chiếc ghế bành lớn

et Alice s'assit dans le fauteuil

và Alice ngồi trên ghế bành

Le chapelier ouvrit de grands yeux

người thợ làm mũ mở mắt rất to

Il n'arrivait pas à croire ce qu'il voyait

anh không thể tin được những gì mình đang nhìn thấy
Mais son esprit était curieux d'autres choses
nhưng tâm trí anh tò mò về những thứ khác
« Pourquoi un corbeau est-il comme un bureau ? »
"Tại sao một con quạ lại giống như một chiếc bàn viết?"
Alice était prête à relever le défi
Alice cởi mở với thử thách
**« Je suis content qu'ils aient commencé à poser des
énigmes »**
"Tôi rất vui vì họ đã bắt đầu hỏi những câu đố"
— Je crois que je peux le deviner, ajouta-t-elle à haute voix
"Tôi tin rằng tôi có thể đoán được điều đó," cô nói thêm
Le lièvre de mars s'est curieux de connaître Alice
Thỏ hành bắt đầu tò mò về Alice
**« Pensez-vous vraiment que vous pouvez trouver la réponse
? »**
"Bạn có thực sự nghĩ rằng bạn có thể tìm ra câu trả lời không?"
— Je crois que je peux trouver la réponse, en effet, dit Alice
"Tôi nghĩ tôi thực sự có thể tìm thấy câu trả lời," Alice nói
**« Alors, tu devrais dire ce que tu veux dire », continua le
lièvre de marche**
"Vậy thì anh nên nói những gì anh muốn nói," con thỏ hành
quân tiếp tục
— Je dis ce que je pense, répondit vivement Alice
"Tôi nói những gì tôi muốn nói," Alice vội vàng trả lời
« à tout le moins, je pense ce que je dis »
"ít nhất tôi muốn nói những gì tôi nói"
« C'est la même chose, vous savez »
"Đó là điều tương tự, bạn biết đấy"
Le loir a également contribué à la conversation
Chuột ngủ cũng đóng góp vào cuộc trò chuyện
mais le loir semblait parler dans son sommeil
nhưng con chuột ngủ dường như đang nói chuyện trong giấc
ngủ của nó
« Je respire quand je dors »
"Tôi thở khi ngủ"
« Je dors quand je respire ! »

"Tôi ngủ khi tôi thở!"
« Autant dire qu'ils sont les mêmes aussi »
"Bạn cũng có thể nói rằng họ cũng giống nhau"
« C'est la même chose pour toi », dit le chapelier
"Nó cũng giống như vậy với anh," người thợ mũ nói
Et il versa un peu de thé sur le nez du loir
và anh ta rót một ít trà lên mũi của con chuột ngủ
Le Loir secoua la tête avec impatience
Con chuột ngủ lắc đầu sốt ruột
et le loir parla de nouveau, sans ouvrir les yeux
và một lần nữa con chuột ngủ nói, không mở mắt
« Bien sûr, bien sûr que c'est la même chose »
"Tất nhiên, tất nhiên là như vậy"
« C'est juste ce que j'allais dire moi-même »
"Đó chỉ là những gì tôi sẽ tự nói"

Le chapelier se tourna vers Alice et lui posa une autre question
Người thợ làm mũ quay sang Alice và hỏi một câu khác
« As-tu déjà deviné l'énigme ? »
"Cô đã đoán được câu đố chưa?"
« Non, j'abandonne », a concédé Alice
"Không, tôi bỏ cuộc," Alice thừa nhận
« Quelle est la réponse ? » voulait-elle savoir
"Câu trả lời là gì?" cô muốn biết
— Je n'en ai pas la moindre idée, dit le chapelier
"Tôi không có chút ý tưởng nào," người thợ mũ nói
« Moi non plus, » dit le lièvre de marche
"Tôi cũng không biết," con thỏ hành quân nói
Alice poussa un soupir de lassitude
Alice thở dài mệt mỏi
« Il y a de meilleures utilisations du temps que des énigmes sans réponses »
"Có cách sử dụng thời gian tốt hơn là câu đố không có câu trả lời"
« Prends encore du thé », dit le lièvre de marche à Alice, très sérieusement
"Uống thêm một ít trà," con thỏ hành quân nói với Alice, rất nghiêm túc
Alice était assez offensée par l'offre
Alice khá khó chịu trước lời đề nghị
— Je n'ai pas encore pris de thé, répondit Alice
"Tôi chưa uống trà," Alice trả lời
« donc je ne peux plus prendre de thé »
"vì vậy tôi không thể uống trà nữa"
— Vous voulez dire que vous ne pouvez pas prendre moins de thé, dit le chapelier
"Ý anh là anh không thể uống ít trà," người thợ mũ nói
« C'est très facile de prendre plus que rien »
"Rất dễ dàng để lấy nhiều hơn là không có gì"
À ces mots, Alice se leva et s'en alla
Nghe vậy, Alice đứng dậy và bỏ đi

Le loir s'endormit instantanément
Con chuột ngủ ngay lập tức
et ni l'un ni l'autre ne firent la moindre attention à son départ
và không ai trong số những người khác để ý đến việc cô ấy đi
bien qu'elle ait regardé en arrière une ou deux fois
mặc dù cô ấy nhìn lại một hoặc hai lần
Ils essayaient de mettre le loir dans la théière
Họ đang cố gắng đưa con chuột vào ấm trà
« En tout cas, je n'y retournerai plus ! » dit Alice
"Dù sao đi nữa, tôi sẽ không bao giờ đến đó nữa!" Alice nói
et elle se fraya un chemin à travers les bois
và cô ấy đi qua khu rừng
« c'était le thé le plus stupide auquel j'aie jamais assisté »
"Đó là bữa tiệc trà ngu ngốc nhất mà tôi từng đến"
Juste au moment où elle disait cela, elle remarqua quelque chose
Ngay khi cô ấy nói điều này, cô ấy nhận thấy một điều gì đó
L'un des arbres avait une porte qui y menait directement
Một trong những cái cây có một cánh cửa dẫn thẳng vào đó
« C'est très intéressant ! » a-t-elle pensé
"Điều đó rất thú vị!" cô nghĩ
« Je pense que je peux aussi bien passer la porte »
"Tôi nghĩ tôi cũng có thể đi qua cửa"
Et elle passa par la porte
Và qua cánh cửa, cô ấy đi
Une fois de plus, elle se retrouva dans le long couloir
Một lần nữa cô thấy mình ở trong hành lang dài
de nouveau, elle était près de la petite table de verre
Một lần nữa cô lại gần chiếc bàn kính nhỏ
Elle prit la petite clé d'or
Cô ấy lấy chiếc chìa khóa vàng nhỏ
et elle ouvrit la porte qui donnait sur le jardin
và cô mở khóa cánh cửa dẫn vào khu vườn
Puis elle s'est mise au travail pour grignoter le champignon
Sau đó, cô bắt đầu làm việc gặm nấm
Elle avait gardé un morceau du champignon dans sa poche

cô đã giữ một miếng nấm trong túi
Et finalement, elle mesurait environ un mètre
và cuối cùng cô ấy cao khoảng một mét
Puis elle descendit le petit couloir
Rồi cô đi xuống hành lang nhỏ
Et puis elle s'est finalement retrouvée dans le magnifique jardin
và cuối cùng cô cũng thấy mình ở trong khu vườn xinh đẹp
et elle était parmi les fleurs brillantes et les fontaines fraîches
và cô ấy ở giữa những bông hoa rực rỡ và những suối nước mát mẻ

Le terrain de croquet de la reine

Bãi croquet của nữ hoàng

Un grand rosier se dressait près de l'entrée du jardin

Một cây hồng lớn đứng gần lối vào khu vườn

Les roses qui poussaient sur l'arbre étaient blanches

những bông hồng mọc trên cây có màu trắng

Mais il y avait trois jardiniers qui peignaient la rose

Nhưng có ba người làm vườn vẽ hoa hồng

Ils étaient occupés à peindre les roses en rouge

Họ đang bận rộn sơn những bông hồng màu đỏ

et Alice les regardait peindre les roses en rouge

và Alice đang nhìn họ sơn hoa hồng màu đỏ

et soudain leurs yeux tombèrent par hasard sur Alice

và đột nhiên ánh mắt của họ tình cờ rơi vào Alice

Alice parlait un peu timidement

Alice nói một chút rụt rè

« Pourriez-vous me le dire, s'il vous plaît ? »

"Anh có thể nói cho tôi biết, làm ơn;"

« Pourquoi peignez-vous tous ces roses ? »

"Tại sao tất cả các bạn lại vẽ những bông hồng đó?"

cinq et sept ne dirent rien, mais regardèrent deux

Năm và bảy không nói gì, nhưng nhìn hai

deux d'entre eux parlèrent à voix basse

Hai người nói, bằng một giọng trầm thấp

— Eh bien, le fait est, voyez-vous, madame.

"Tại sao, sự thật là, bà thấy đấy, thưa bà"

« Celui-ci aurait dû être un rosier rouge »

"Đây đáng lẽ phải là một cây hồng đỏ"

« Et nous avons mis un rosier blanc par erreur »

"Và chúng tôi đã đặt nhầm một cây hồng trắng vào"

« Comme vous en conviendrez, la reine ne doit pas le découvrir »

"Như bạn sẽ đồng ý, Nữ hoàng không được phát hiện"

« Sinon, nous aurions tous la tête tranchée »

"Nếu không tất cả chúng ta sẽ bị chặt đầu"

« Alors vous voyez, madame, nous faisons de notre mieux »

"Vậy cô thấy đấy, thưa bà, chúng tôi đang cố gắng hết sức"

La cinquième carte avait regardé anxieusement à travers le jardin

Lá bài năm đã lo lắng nhìn qua khu vườn

À ce moment, la cinquième carte cria : « La dame ! La reine !

Ngay lúc này, lá bài năm gọi, "Nữ hoàng! Nữ hoàng!"

Et les trois jardiniers s'enfuirent aussitôt

và ba người làm vườn ngay lập tức chạy đi

et ils se jetèrent à plat ventre

và họ quỳ xuống mặt mình

Il y eut un bruit de nombreux pas

Có nhiều tiếng bước chân

Alice regarda autour d'elle, impatiente de voir la reine

Alice nhìn xung quanh, háo hức muốn gặp nữ hoàng

Au début de la procession se trouvaient dix soldats

Khi bắt đầu đám rước là mười người lính

leurs mains et leurs pieds étaient dans les coins

tay và chân của họ ở các góc

et dans leurs mains et leurs pieds étaient des massues

và trong tay và chân họ là gậy

Venaient ensuite les dix courtisans

Tiếp theo là mười cận thần

Les courtisans étaient partout ornés de diamants

các triều thần được trang trí khắp người bằng kim cương

Après les courtisans sont venus les enfants royaux

Sau khi các triều thần đến, những đứa trẻ hoàng gia

Il y avait dix enfants royaux

có mười người con hoàng gia

et tous les enfants royaux étaient ornés de cœurs

và tất cả các con cái hoàng gia đều được trang trí bằng trái tim

Venaient ensuite les invités ; principalement des rois et des reines

Tiếp theo là những vị khách; chủ yếu là vua và hoàng hậu

et parmi les rois et la reine, Alice vit quelqu'un

và giữa các vị vua và hoàng hậu, Alice nhìn thấy một người nào đó

Elle revit le lapin blanc qu'elle avait chassé

Cô lại nhìn thấy con thỏ trắng mà cô đã đuổi theo

Le cortège était suivi par le valet de cœur
Đám rước được theo sau bằng dao của trái tim
Il portait la couronne du roi
anh ta mang vương miện của nhà vua
et la couronne du roi était sur un coussin de velours cramoisi
và vương miện của nhà vua nằm trên một chiếc đệm nhung
đỏ thẫm
Et puis vint la fin de ce grand cortège
và sau đó là kết thúc của đám rước hoành tráng này
Et là, à la fin, il y avait le Roi et la Reine de Cœur
Và ở đó ở cuối cùng là vua và hoàng hậu của trái tim
le cortège arriva en face d'Alice
đám rước đi đối diện với Alice
et ils s'arrêtèrent tous et la regardèrent
và tất cả họ dừng lại và nhìn cô ấy
et la reine dit sévèrement : « Qui est-ce ? »
và hoàng hậu nghiêm khắc nói: "Đây là ai?"
Elle l'a dit au Valet de Cœur
Cô ấy nói điều đó với Knave of Hearts
Mais il s'est contenté de s'incliner et de sourire en réponse
nhưng anh ta chỉ cúi đầu và mỉm cười đáp lại
Alice parla très poliment
Alice nói rất lịch sự
« Je m'appelle Alice, alors faites plaisir à Votre Majesté »
"Tên tôi là Alice, vì vậy làm ơn bệ hạ"
Mais elle avait d'autres pensées pour elle-même
nhưng cô ấy có những suy nghĩ khác cho chính mình
« Ce n'est qu'un jeu de cartes, après tout ! »
"Dù sao thì chúng cũng chỉ là một gói thẻ!"
« Savez-vous jouer au croquet ? » cria la reine
"Anh có thể chơi croquet không?" nữ hoàng hét lên
La question était évidemment destinée à Alice
Câu hỏi rõ ràng là dành cho Alice
— Oui ! dit Alice d'une voix forte
"Vâng!" Alice nói lớn
« Venez jouer alors ! » rugit la reine
"Vậy thì hãy chơi đi!" nữ hoàng gầm lên

une voix timide s'adressa à Alice
một giọng nói rụt rè nói với Alice
« C'est une très belle journée ! »
"Đó là một ngày rất đẹp!"
Elle se promenait près du lapin blanc
Cô ấy đang đi ngang qua con thỏ trắng
et le Lapin Blanc jetait un coup d'œil anxieux sur son visage
và Thỏ Trắng đang lo lắng nhìn trộm vào mặt cô
« Une très belle journée, en effet, confirma Alice
"Quả thực là một ngày rất đẹp," Alice xác nhận
« Où est la duchesse ? »
"Nữ công tước đâu?"
« Chut ! Chut ! dit le Lapin
"Im lặng! Im lặng!" Thỏ nói
« Elle est sous le coup d'une sentence d'exécution »
"Cô ấy đang bị kết án hành quyết"
« Pourquoi est-elle exécutée ? » demanda Alice
"Cô ấy bị hành quyết để làm gì?" Alice hỏi
« Elle a éraflé les oreilles de la reine », commença le lapin
"Cô ấy đã làm trầy xước tai của nữ hoàng," con thỏ bắt đầu
cria la reine d'une voix de tonnerre
Nữ hoàng hét lên bằng giọng sấm sét
« Retournez à vos endroits ! »
"Đến chỗ của bạn!"
et les gens se mirent à courir dans toutes les directions
và mọi người bắt đầu chạy xung quanh mọi hướng
et ils tombèrent tous les uns contre les autres
và tất cả chúng đều ngã nhào vào nhau
Cependant, ils se sont calmés en une minute ou deux
Tuy nhiên, họ đã ổn định trong một hoặc hai phút
Et puis le jeu a commencé
và sau đó trò chơi bắt đầu
Alice n'avait jamais vu un terrain de croquet aussi curieux
Alice chưa bao giờ thấy một sân croquet kỳ lạ như vậy
L'herbe n'était que crêtes et sillons
cỏ là tất cả các rãnh và rãnh
Les boules de croquet étaient de vrais hérissons

Những quả bóng croquet là những con nhím thực sự
Et les maillets étaient de vrais flamants roses
và những cái vồ là những con hồng hạc thật
et les soldats se tinrent sur leurs mains et leurs pieds
và những người lính đứng trên tay và chân của họ
Parce que les arches ont été faites à partir de leurs corps
bởi vì các vòm được làm từ cơ thể của họ
Les joueurs ont tous joué en même temps
Tất cả các cầu thủ đều chơi cùng một lúc
Personne n'attendait son tour
không ai chờ đến lượt họ
et tout le monde se querellait avec tout le monde
và mọi người cãi nhau với mọi người
et tous se battaient pour les hérissons
và tất cả đều chiến đấu vì nhím
Bientôt, la reine fut dans une colère furieuse
Chẳng mấy chốc, nữ hoàng đã ở trong một cơn đam mê dữ
dội
et elle s'est mise à piétiner et à crier
và cô ấy bắt đầu dậm chân và hét lên
« Coupez-lui la tête ! »
"Chặt đầu anh ta!"
« Coupez-lui la tête ! »
"Chặt đầu cô ấy!"
« Coupez-leur la tête ! »
"Chặt hết đầu họ!"
De nouveau, Alice pensa en elle-même
Một lần nữa Alice nghĩ trong lòng
« Ils sont affreusement friands de décapiter les gens ici »
"Họ rất thích chặt đầu mọi người ở đây"
**« Ce qui est très étonnant, c'est qu'il reste quelqu'un en vie !
»**
"Điều kỳ diệu lớn nhất là có ai còn sống!"
Elle cherchait un moyen de s'échapper
Cô ấy đang tìm cách trốn thoát
Elle remarqua une curieuse apparition dans l'air
Cô nhận thấy một vẻ tò mò trong không khí

« C'est le chat du Cheshire », se dit-elle
"Đó là con mèo Cheshire," cô tự nhủ
« maintenant j'aurai quelqu'un à qui parler »
"Bây giờ tôi sẽ có ai đó để nói chuyện"
« Comment vas-tu ? » dit le chat
"Bạn có khỏe không?" con mèo nói
« Je ne pense pas qu'ils jouent du tout équitablement », a
déclaré Alice
"Tôi không nghĩ họ chơi công bằng chút nào," Alice nói
et elle avait un ton plutôt plaintif
và cô ấy có một giọng khá phàn nàn
« Ils se querellent tous si affreusement »
"Tất cả họ đều cãi nhau khủng khiếp"
« On ne s'entend pas parler »
"Người ta không thể nghe thấy chính mình nói"
« Et ils ne semblent pas jouer selon des règles »
"Và họ dường như không chơi theo bất kỳ quy tắc nào"
le chat a posé une question à Alice à voix basse
con mèo hỏi Alice một câu bằng giọng trầm thấp
« Comment aimez-vous la reine ? »
"Cô thích nữ hoàng như thế nào?"
— Je ne l'aime pas du tout, dit Alice
"Tôi không thích cô ấy chút nào," Alice nói

Alice pensa qu'elle ferait aussi bien d'y retourner
Alice nghĩ rằng cô ấy cũng có thể quay trở lại
Elle voulait voir comment le match se passait
Cô ấy muốn xem trò chơi diễn ra như thế nào
Elle est partie à la recherche de son hérisson
Cô ấy đi tìm con nhím của mình
Le hérisson était occupé à combattre un autre hérisson
Con nhím đang bận rộn chiến đấu với một con nhím khác
C'était une excellente occasion
Đây là một cơ hội tuyệt vời
Elle pouvait croquer un hérisson avec l'autre
cô ấy có thể móc một con nhím với con kia
Mais son flamant rose était de l'autre côté du jardin
nhưng con hồng hạc của cô ấy ở phía bên kia của khu vườn
Le flamant rose était plutôt maladroit
Con hồng hạc khá vụng về
Son flamant rose essayait de s'envoler dans un arbre
con hồng hạc của cô ấy đang cố gắng bay lên một cái cây
Elle attrapa le flamant rose par la patte
Cô bắt lấy chân con chim hồng hạc
Et elle glissa le flamant rose sous son bras
và cô nhét con hồng hạc dưới cánh tay mình
De cette façon, le flamant rose ne pouvait plus s'échapper
Bằng cách đó, con hồng hạc không thể trốn thoát một lần nữa
Juste à ce moment-là, Alice rencontra la duchesse
Ngay sau đó, Alice tình cờ gặp nữ công tước
La duchesse était maintenant sortie de prison
Nữ công tước bây giờ đã ra khỏi nhà tù
Elle glissa affectueusement son bras sous celui d'Alice
Cô nhét cánh tay của mình một cách trìu mến dưới cánh tay
Alice
puis ils sont partis ensemble
và sau đó họ cùng nhau bỏ đi
**Alice était très heureuse de la trouver d'une humeur si
agréable**
Alice rất vui khi thấy cô ấy có tính khí dễ chịu như vậy
Elle était cependant un peu surprise

Tuy nhiên, cô hơi giật mình

Elle entendit la voix de la duchesse près de son oreille

Cô nghe thấy giọng nói của nữ công tước gần tai mình

« Tu penses à quelque chose, ma chérie »

"Anh đang nghĩ về điều gì đó, em yêu"

« Et ça fait oublier de parler »

"Và điều đó khiến bạn quên nói chuyện"

« Le jeu se passe un peu mieux maintenant », a déclaré Alice

"Trò chơi đang diễn ra khá tốt hơn," Alice nói

C'était une façon de poursuivre la conversation

đó là một cách để giữ cho cuộc trò chuyện tiếp tục

— C'est vrai, dit la duchesse

"Quả thật là như vậy," nữ công tước nói

« Et la morale de cela est la suivante : »

"Và đạo đức của điều đó là thế này:"

« C'est l'amour qui fait tout ! »

"Chính tình yêu làm tất cả!"

« L'amour est ce qui fait tourner le monde »

"Tình yêu là thứ làm cho thế giới quay quanh"

Alice avait une autre explication

Alice có một lời giải thích khác

« C'est fait par tout le monde qui s'occupe de ses propres affaires ! »

"Nó được thực hiện bởi tất cả mọi người quan tâm đến công việc của riêng mình!"

— Ah ! Vous pourriez avoir raison"

"À, tốt! Bạn có thể đúng"

— Tout cela signifie à peu près la même chose, dit la duchesse

"Tất cả đều có ý nghĩa giống nhau," Nữ công tước nói

et elle enfonça son petit menton pointu dans l'épaule d'Alice

và cô ấy đào chiếc cằm nhỏ sắc nhọn của mình vào vai Alice

« Et la morale de cela est la suivante »

"Và đạo đức của điều đó là điều này"

« Prendre soin du sens »

"Hãy chăm sóc giác quan"

« Et puis les sons prendront soin d'eux-mêmes »

"Và sau đó âm thanh sẽ tự chăm sóc"
Mais alors le bras de la duchesse se mit à trembler
nhưng sau đó cánh tay của nữ công tước bắt đầu run rẩy
Alice leva les yeux et la reine se tenait là
Alice ngước lên và nữ hoàng đứng đó
La reine avait les bras croisés
Nữ hoàng khoanh tay
Et elle fronçait les sourcils comme un orage !
và cô ấy cau mày như một cơn giông bão!
« Je vous préviens », cria la reine
"Tôi cảnh báo anh một cách công bằng," nữ hoàng hét lên
et elle piétina le sol tout en parlant
và cô ấy dẫm chân xuống đất khi cô ấy nói
« Soit ta tête, soit sa tête doit être coupée »
"Hoặc là đầu của bạn hoặc đầu cô ấy phải bị lệch đi"
« Faites votre choix ! »
"Hãy lựa chọn của bạn!"
« Et soyez rapide à ce sujet »
"Và hãy nhanh chóng về nó"
La duchesse fait son choix
Nữ công tước đã đưa ra lựa chọn của mình
et au bout d'un instant la duchesse avait disparu
và trong một khoảnh khắc, nữ công tước đã biến mất
Puis la reine s'adressa à Alice
Sau đó, nữ hoàng nói với Alice
« Continuons le jeu »
"Hãy tiếp tục trò chơi"
Alice était trop effrayée pour dire un mot
Alice quá sợ hãi để nói một lời
et elle la suivit lentement jusqu'au terrain de croquet
và cô chậm rãi đi theo cô trở lại bãi croquet
Pendant tout ce temps, la reine s'est querellée avec les autres joueurs
Suốt thời gian Nữ hoàng cãi nhau với những người chơi khác
« Coupez-lui la tête ! »
"Chặt đầu anh ta!"
« Coupez-lui la tête ! »

"Chặt đầu cô ấy!"
« Coupez-leur la tête ! »
"Chặt hết đầu họ!"
Bientôt, tous les joueurs ont été en garde à vue
Ngay sau đó, tất cả các cầu thủ đều bị giam giữ
il ne restait que le roi, la reine et Alice
chỉ còn lại nhà vua, hoàng hậu và Alice
Puis la reine s'en alla, tout à fait essoufflée
Sau đó, nữ hoàng rời đi, khá hụt hơi
et elle s'en alla avec Alice
và cô ấy bỏ đi với Alice
Alice entendit le roi dire quelque chose
Alice nghe nhà vua lặng lẽ nói điều gì đó
« Vous êtes tous pardonnés »
"Tất cả các bạn đều được tha thứ"
Mais soudain, un autre cri se fit entendre
nhưng đột nhiên có một tiếng kêu khác được nghe thấy
« Le procès commence ! »
"Phiên tòa đang bắt đầu!"
et Alice courut avec les autres
và Alice chạy cùng với những người khác

Qui a volé les tartes ?

Ai đã đánh cắp bánh tart?

Le roi et la reine de cœur étaient assis

Vua và hoàng hậu của trái tim đã ngồi

ils étaient sur leur trône quand Alice arriva

họ đang ở trên ngai vàng của họ khi Alice đến

Il y avait une grande foule rassemblée autour d'eux

Có một đám đông lớn tụ tập xung quanh họ

Il y avait toutes sortes de petits oiseaux et de bêtes

có đủ loại chim nhỏ và thú

Et il y avait tout le paquet de cartes

và có cả gói thẻ

Le coquin se tenait devant eux, enchaîné

Con dao đang đứng trước mặt họ, bị xiềng xích

et il y avait un soldat de chaque côté pour le garder

và có một người lính ở mỗi bên để bảo vệ anh ta

près du roi était le lapin blanc

gần nhà vua là con thỏ trắng

Il avait une trompette dans une main

Ông có một chiếc kèn trong một tay

et il avait un rouleau de parchemin dans l'autre main

và tay kia anh ta cầm một cuộn giấy da

Au milieu de la cour se trouvait une table

Ở ngay giữa sân là một chiếc bàn

Sur la table, il y avait un grand plat de tartes

Trên bàn là một đĩa bánh tart lớn

« J'aimerais qu'ils fassent le procès », pensa Alice

"Tôi ước gì họ sẽ hoàn thành phiên tòa," Alice nghĩ

« Alors nous pourrions manger quelques-uns de ces rafraîchissements ! »

"Vậy thì chúng ta có thể ăn một ít đồ giải khát đó!"

Le juge, soit dit en passant, était le roi
Nhân tiện, thẩm phán là nhà vua
et il portait sa couronne sur sa grande perruque
và ông đội vương miện của mình trên bộ tóc giả lớn của mình
« C'est le banc des jurés, pensa Alice
"Đó là phòng bồi thẩm đoàn," Alice nghĩ
« Et ces douze créatures, je suppose qu'elles sont les jurés »
"Và mười hai sinh vật đó, tôi cho rằng họ là bồi thẩm đoàn"
certains étaient des animaux, et d'autres étaient des oiseaux
một số là động vật, và một số là chim
Juste à ce moment-là, le lapin blanc a crié
Ngay sau đó con thỏ trắng kêu lên
« Silence dans la cour ! »
"Im lặng trong tòa án!"
« Héraut, lisez l'accusation ! » dit le roi
"Sứ giả, hãy đọc lời buộc tội!" nhà vua nói
Le lapin blanc souffla trois coups de trompette
Thỏ trắng thổi ba tiếng kèn
Puis il déroula le parchemin
sau đó ông mở cuộn cuộn giấy da
Et il a lu ce qui suit :
và ông đọc như sau:
« La reine de cœur, elle a fait des tartes, »
"Nữ hoàng của trái tim, cô ấy đã làm một số bánh tart,"
« Tout cela, elle l'a fait un jour d'été »

"Tất cả những điều này cô ấy đã làm vào một ngày hè"
« Le valet de cœur, il a volé ces tartes »
"Con dao của trái tim, anh ấy đã đánh cắp những chiếc bánh
tart đó"
« Et il a emporté ces tartes loin ! »
"Và ông ấy đã mang những chiếc bánh tart đó đi xa!"
« Appelez le premier témoin », dit le roi
"Gọi nhân chứng đầu tiên," nhà vua nói
et le lapin blanc souffla trois coups de trompette
và thỏ trắng thổi ba tiếng kèn
« Amenez le premier témoin ! » cria-t-il
"Mang theo nhân chứng đầu tiên!" anh ta kêu lên
Le premier témoin était le chapelier
Nhân chứng đầu tiên là thợ làm mũ
Il entra avec une tasse de thé dans une main
Anh ấy bước vào với một tách trà trong một tay
et il avait un morceau de pain et de beurre dans l'autre main
và ông cầm một miếng bánh mì và bơ trong tay kia
« Tu aurais dû finir », dit le roi
"Lẽ ra anh phải xong," nhà vua nói
« Quand avez-vous commencé ? »
"Anh bắt đầu khi nào?"
Le chapelier regarda le lièvre de marche
Người thợ làm mũ nhìn con thỏ hành quân
Le lièvre de marche l'avait suivi dans la cour
Thỏ March đã theo anh ta vào tòa án
Il avait marché bras dessus bras dessous avec le loir
anh ta đã tay trong tay đi với con chuột ngủ
« Le quatorzième mars, je crois, dit-il
"Mười bốn tháng Ba, tôi nghĩ là như vậy," ông nói
« Rendez votre témoignage », dit le roi
"Hãy đưa ra bằng chứng của bạn," nhà vua nói
**« Et ne sois pas nerveux, ou je te ferai exécuter sur-le-
champ »**
"Và đừng lo lắng, nếu không tôi sẽ xử tử anh ngay tại chỗ"
Cela n'a pas semblé encourager du tout le témoin
Điều này dường như không khuyến khích nhân chứng chút

nào

Il n'arrêtait pas de se déplacer d'un pied sur l'autre

anh ta liên tục chuyển từ chân này sang chân kia

et il regarda la reine avec inquiétude

và anh ta không thoải mái nhìn nữ hoàng

et, dans sa confusion, il mordit un gros morceau de sa tasse de thé

và, trong bối rối, anh cắn một miếng lớn ra khỏi tách trà của mình

En réalité, il voulait croquer dans son pain et son beurre

thực sự anh ấy định cắn bánh mì và bơ của mình

Juste à ce moment, Alice éprouva une sensation très curieuse

Ngay lúc này, Alice cảm thấy một cảm giác rất tò mò

Elle commençait à grossir à nouveau

cô ấy bắt đầu lớn hơn trở lại

Le misérable chapelier laissa tomber sa tasse de thé

Người thợ làm mũ khốn khổ làm rơi tách trà của mình

et le pain et le beurre tombèrent à terre

bánh và bơ rơi xuống đất

et il mit un genou à terre

và ông quỳ xuống một bên

« Je suis un pauvre homme, Votre Majesté », a-t-il commencé

"Tôi là một người nghèo, bệ hạ," anh bắt đầu

« Vous êtes un bien mauvais orateur, » dit le roi

"Ông là một người nói rất kém," nhà vua nói

« Tu peux y aller, » dit le roi

"Ngươi có thể đi," nhà vua nói

et le chapelier quitta précipitamment la cour

và người thợ mũ vội vã rời khỏi tòa án

« Appelez le témoin suivant ! » dit le roi

"Gọi nhân chứng tiếp theo!" nhà vua nói

Le témoin suivant fut le cuisinier de la duchesse

Nhân chứng tiếp theo là đầu bếp của nữ công tước

Elle portait la poivrière à la main

Cô ấy cầm hộp tiêu trên tay

et les gens près de la porte se mirent à éternuer tout à coup

và những người gần cửa bắt đầu hắt hơi ngay lập tức

« Rendez votre témoignage », dit le roi

"Hãy đưa ra bằng chứng của bạn," nhà vua nói

— Je ne donnerai aucun témoignage, dit le cuisinier

"Tôi sẽ không đưa ra bằng chứng," người đầu bếp nói

Le roi regarda anxieusement le lapin blanc

Nhà vua lo lắng nhìn con thỏ trắng

Et le lapin blanc parlait d'une voix douce

và con thỏ trắng nói bằng một giọng trầm lặng

« Votre Majesté doit contre-interroger ce témoin »

"Bệ hạ phải thẩm vấn chéo nhân chứng này"

« Eh bien, s'il le faut, il le faut, » dit le roi

"Ồ, nếu tôi phải, tôi phải," nhà vua nói

« De quoi sont faites les tartes ? »

"Bánh tart được làm bằng gì?"

« Les tartes sont faites de poivre, principalement », a déclaré le cuisinier

"Bánh tart được làm từ hạt tiêu, chủ yếu," đầu bếp nói

Pendant quelques minutes, toute la cour fut dans la confusion

Trong vài phút, cả tòa án bối rối

Finalement, ils se sont tous calmés

Cuối cùng tất cả họ đã ổn định trở lại

Mais à ce moment-là, le cuisinier avait disparu

nhưng lúc đó đầu bếp đã biến mất

« N'importe ! » dit le roi

"Đừng bận tâm!" nhà vua nói

« Appel à la barre du prochain témoin »

"Kêu gọi nhân chứng tiếp theo"

Alice regarda le lapin blanc qui tâtonnait sur la liste

Alice quan sát con thỏ trắng khi anh mò mẫm trong danh sách

Vous pouvez imaginer sa surprise à ce qu'elle a entendu ensuite

Bạn có thể tưởng tượng sự ngạc nhiên của cô ấy về những gì cô ấy nghe tiếp theo

à tue-tête de sa petite voix aiguë, il appela le nom « Alice ! »

ở đỉnh cao của giọng nói nhỏ chói tai của mình, anh gọi cái tên là "Alice!"

Le témoignage d'Alice

Bằng chứng của Alice

« Ici ! » s'écria Alice

"Đây!" Alice kêu lên

Elle se leva d'un bond en toute hâte

Cô ấy nhảy lên rất vội vàng

et elle renversa le banc des jurés

và cô lật qua phòng bồi thẩm đoàn

et elle renversa tous les jurés

và cô ấy đã đánh gục tất cả các bồi thẩm đoàn

et ils tombèrent sur la tête de la foule en bas

và họ ngã xuống đầu đám đông bên dưới

Alice était dans un grand désarroi

Alice vô cùng thất vọng

« Oh ! je vous demande pardon ! » s'écria-t-elle

"Ồ, tôi xin lỗi anh!" cô thốt lên

« Le procès ne peut pas avoir lieu », dit le roi

"Phiên tòa không thể tiếp tục," nhà vua nói

« Les jurés doivent retourner à leur place »

"Các bồi thẩm đoàn phải trở lại vị trí thích hợp của họ"

Il répéta l'ordre avec beaucoup d'emphase

Ông lặp lại mệnh lệnh với sự nhấn mạnh

et il regarda Alice d'un air sévère

và anh ta nhìn Alice nghiêm khắc

« Que savez-vous de ces événements ? » demanda le roi à Alice

"Ngươi biết gì về những sự kiện này?" nhà vua hỏi Alice

— Je ne sais rien à ce sujet, dit Alice

"Tôi không biết gì về vấn đề này," Alice nói

Le roi lut ensuite un extrait de son livre

Nhà vua sau đó đọc từ cuốn sách của mình

« Règle quarante-deux »

"Quy tắc bốn mươi hai"

« Toutes les personnes de plus d'un kilomètre de haut doivent quitter le tribunal »

"Tất cả những người cao hơn một dặm phải rời khỏi tòa án"

« Je ne suis pas à un mille de haut, » dit Alice

"Tôi không cao một dặm," Alice nói
« Près de deux milles de haut », dit la reine
"Cao gần hai dặm," Nữ hoàng nói

— Eh bien, je refuse d'y aller, dit Alice
"Ừm, tôi từ chối đi," Alice nói
Le roi pâlit
Nhà vua trở nên tái nhợt
et il ferma précipitamment son carnet
và anh ta vội vã đóng cuốn sổ ghi chép của mình lại
« Considérez votre verdict », a-t-il dit au jury
"Hãy xem xét phán quyết của bạn," ông nói với bồi thẩm đoàn
Il parlait d'une voix basse et tremblante
anh ta nói bằng một giọng trầm, run rẩy
Puis le lapin blanc prit la parole
Sau đó, thỏ trắng nói
« Il y a encore plus de preuves à venir »
"Vẫn còn nhiều bằng chứng nữa"
et il se leva d'un bond en toute hâte
và anh ta nhảy lên rất vội vã

« Ce papier vient d'être retiré »
"Bài báo này vừa được nhặt"
« On dirait que c'est une lettre écrite par le prisonnier »
"Có vẻ như là một bức thư do tù nhân viết"
Il déplia le papier tout en parlant
Anh mở tờ giấy ra khi nói
« Ce n'est pas une lettre, après tout »
"Dù sao thì đó cũng không phải là một bức thư"
« Ce que c'était, c'était un ensemble de versets »
"Đó là một tập hợp các câu thơ"
« S'il vous plaît, Votre Majesté », dit le coquin
"Làm ơn, bệ hạ," con dao nói
« Je n'ai pas écrit ces vers »
"Tôi không viết những câu đó"
**« et ils ne peuvent pas prouver que j'ai écrit quoi que ce
soit »**
"và họ không thể chứng minh rằng tôi đã viết bất cứ điều gì"
« Il n'y a pas de nom signé à la fin »
"Không có tên nào được ký ở cuối"
Le roi parla au fripon
Nhà vua nói với con dao
« Vous avez dû vouloir causer des méfaits »
"Chắc anh đã cố ý gây ra một số trò nghịch ngợm"
**« Sinon, tu aurais signé ton nom comme un honnête
homme »**
"Nếu không bạn sẽ ký tên mình như một người đàn ông trung
thực"
Il y eut un claquement général de mains
Có một tiếng vỗ tay chung
Et le roi se tourna vers le lapin blanc
Vua quay sang con thỏ trắng
« Lisez les vers », ordonna-t-il
"Đọc các câu thơ," anh ra lệnh
Il y eut un silence de mort dans la cour
Có sự im lặng chết chóc trong tòa án
et le lapin blanc lut les versets
Thỏ trắng đọc các câu

Ils m'ont dit que vous étiez allé chez elle
Họ nói với tôi rằng bạn đã đến gặp cô ấy
Et ils lui parlèrent de moi
Và họ đề cập đến tôi với anh ấy
Elle m'a donné un bon caractère
Cô ấy đã cho tôi một tính cách tốt
Mais elle a dit que je ne savais pas nager
Nhưng cô ấy nói tôi không biết bơi
Il leur a fait savoir que je n'étais pas parti
Anh ấy gửi cho họ thông báo rằng tôi đã không đi
Nous savons que c'est vrai
Chúng tôi biết điều đó là sự thật
Si elle poussait l'affaire, que deviendriez-vous ?
Nếu cô ấy tiếp tục vấn đề, bạn sẽ ra sao?
Je lui en ai donné un, ils lui en ont donné deux
Tôi cho cô ấy một, họ cho anh ấy hai
Vous nous en avez donné trois ou plus
Bạn đã cho chúng tôi ba hoặc nhiều hơn
Ils sont tous revenus de sa part vers vous
Tất cả họ đều trở về từ Ngài cho bạn
bien qu'ils aient été les miens avant
mặc dù chúng là của tôi trước đây
Si j'avais la chance d'être
Nếu tôi hoặc cô ấy có cơ hội
Si j'étais impliqué dans cette affaire
Nếu tôi hoặc cô ấy có liên quan đến vụ việc này
Il compte en vous pour les libérer
Ngài tin tưởng vào bạn để giải thoát họ
Exactement comme nous étions
Đúng như chúng tôi đã từng
Mon idée, c'est que vous aviez été
Quan niệm của tôi là bạn đã
Avant qu'elle n'ait cette crise
Trước khi cô ấy có sự phù hợp này
Un obstacle qui s'est dressé entre
Một trở ngại xảy ra giữa
Lui, et nous-mêmes, et cela

Ngài, và chính chúng ta, và nó
Ne lui faites pas savoir qu'elle les aimait mieux
Đừng để anh ấy biết cô ấy thích chúng nhất
Car cela doit être à jamais un secret, caché à tous les autres
Vì điều này phải mãi mãi là một bí mật, được giữ kín với tất cả
những người còn lại
Ce secret doit rester un secret entre vous et moi
Bí mật này phải là một bí mật giữa bạn và tôi
Le roi était très impressionné
Nhà vua rất ấn tượng
**« C'est la preuve la plus importante que nous ayons
entendue jusqu'à présent »**
"Đó là bằng chứng quan trọng nhất mà chúng tôi đã nghe"
**— Je ne crois pas que ces vers aient un atome de sens,
objecta Alice**
"Tôi không tin những câu thơ đó mang một nguyên tử ý
nghĩa," Alice phản đối
le roi avait sa propre opinion sur la question
Nhà vua có ý kiến riêng về vấn đề này
**« S'il n'y a pas de sens dans ces mots, cela sauve un monde
de problèmes »**
"Nếu không có ý nghĩa trong những lời đó, điều đó sẽ cứu
một thế giới rắc rối"
**« Alors nous n'avons pas besoin d'essayer de trouver le
sens »**
"Vậy thì chúng ta không cần phải cố gắng tìm ra ý nghĩa"
« Laissons le jury délibérer sur son verdict »
"Hãy để bồi thẩm đoàn xem xét phán quyết của họ"
« Non, non ! » dit la reine
"Không, không!" nữ hoàng nói
« La condamnation d'abord, le verdict ensuite »
"Tuyên án trước - phán quyết sau"
« Des bêtises et des bêtises ! » dit Alice à haute voix
"Đồ vớ vẩn!" Alice nói lớn
« Comme il est stupide de condamner l'accusé en premier ! »
"Thật ngớ ngẩn khi kết án bị cáo trước!"

« Tais-toi ! » dit la reine en devenant violette

"Giữ lưỡi!" nữ hoàng nói, chuyển sang màu tím

« Je ne me tairai pas ! » dit Alice

"Tôi sẽ không giữ lưỡi!" Alice nói

cria la reine à tue-tête

Nữ hoàng hét lên cao giọng

« Coupez-lui la tête ! »

"Chặt đầu cô ấy!"

Personne n'a fait un mouvement

Không ai thực hiện một phong trào

« Qui se soucie de ce que vous dites ? » dit Alice

"Ai quan tâm những gì anh nói?" Alice nói

Elle avait atteint sa taille maximale à ce moment-là

Cô ấy đã lớn lên đến kích thước đầy đủ của mình vào thời điểm này

« Tu n'es rien d'autre qu'un jeu de cartes ! »

"Anh không là gì ngoài một gói thẻ!"

À ces mots, toutes les cartes se levèrent dans les airs

Lúc này, tất cả các lá bài bay lên không trung

et toutes les cartes s'abattaient sur elle
và tất cả các lá bài bay xuống cô ấy
Elle poussa un petit cri
Cô ấy hét lên một chút
Elle était à moitié effrayée, mais aussi en colère
cô ấy nửa sợ hãi, nhưng cũng tức giận
Et elle a essayé de se battre contre les cartes
và cô ấy đã cố gắng chống lại những lá bài của chính mình
puis elle se retrouva allongée sur le talus d'herbe
và sau đó cô thấy mình nằm trên bãi cỏ
Sa tête était sur les genoux de sa sœur
đầu cô ấy nằm trong lòng em gái cô ấy
Des feuilles mortes s'étaient posées sur son visage
một số lá chết đã rơi xuống mặt cô
et sa sœur balayait doucement les feuilles
và em gái cô đang nhẹ nhàng phủi lá đi
« Réveille-toi, ma chère Alice ! » dit sa sœur
"Thức dậy, Alice thân yêu!" em gái cô nói
« Quel long sommeil tu as eu ! »
"Cô đã ngủ lâu làm sao!"
« Oh, j'ai fait un rêve si curieux ! » dit Alice
"Ồ, tôi đã có một giấc mơ kỳ lạ như vậy!" Alice nói
Et elle raconta à sa sœur tout ce qu'elle pouvait se rappeler
Và cô ấy nói với em gái mình tất cả những gì cô ấy có thể nhớ
toutes les étranges aventures que vous venez de lire
Tất cả những cuộc phiêu lưu kỳ lạ mà bạn vừa đọc
Alice se leva et s'enfuit en courant
Alice đứng dậy và bỏ chạy
et elle pensait, tout en courant, à son rêve
và cô nghĩ, trong khi chạy, về giấc mơ của mình
« Quel rêve merveilleux cela avait été ! »
"Thật là một giấc mơ tuyệt vời!"